गांगेय उत्तरप्रदेश

दिलीपराज प्रकाशन प्रा. लि.™

२५१ क, शनिवार पेठ, पुणे - ४११०३०.

दिलीपराज प्रकाशनाची सर्व पुस्तके आता आपण **Online** खरेदी करू शकता.

आमच्या **Website** ला कृपया एकदा अवश्य भेट द्या अथवा **Email** करा.

Email - diliprajprakashan@yahoo.in

www.diliprajprakashan.in

आपला
भारत ९

गांगेय उत्तरप्रदेश

राजा मंगळवेढेकर

दिलीपराज प्रकाशन प्रा. लि.™
२५१ क, शनिवार पेठ, पुणे - ४११ ०३०.

गांगेय उत्तरप्रदेश
Gangeya Uttarpradesh

लेखक : राजा मंगळवेढेकर

ISBN : 81 - 7294 - 269 - 9

प्रकाशक । राजीव दत्तात्रय बर्वे । मॅनेजिंग डायरेक्टर ।
दिलीपराज प्रकाशन प्रा. लि. । २५१ क, शनिवार पेठ । पुणे ४११०३०.
दूरध्वनी क्रमांक (फॅक्ससहित)
२४४७१७२३ । २४४८३९९५ । २४४९५३१४

मुद्रक । रेप्रो इंडिया लिमिटेड, मुंबई

सुधारित आधुनिक आवृत्ती । १५ जून २०१५
(मे २०१५ पर्यंतच्या माहितीसह)

प्रकाशन क्रमांक । ९२३

अक्षरजुळणी । सौ. मधुमिता राजीव बर्वे
पितृछाया मुद्रणालय । ९०९, रविवार पेठ । पुणे ४११००२.

मुद्रितशोधन । सुभाष फडके

मुखपृष्ठ । सागर नेने

भिन्नतेत या अभिन्न...

भिन्नतेत या अभिन्न आज गाऊ आरती

लक्ष हस्त, लक्ष पाद, हृदय एक भारती

भिन्न वेष, भिन्न भाष, भिन्न धर्मरीती

भिन्न जात, भिन्न पंथ, तरीही एक संस्कृती ।।१।।

भिन्न रंग, भिन्न ढंग, भिन्न भाव-आकृती

भिन्न छंद, भिन्न बंध, आगळी कलाकृती ।

भिन्न वाणी, भिन्न गाणी, अर्थ एक वाहती

भिन्न शौर्य, भिन्न धैर्य, घोष एक गर्जती ।।२।।

भिन्न भवन, भिन्न हवन, भिन्न क्षेत्र मानिती

लहर लहर भिन्न तरी, एक गगन-माती ।

भिन्न तार, ताल तरी, एक मधुर झंकृती

कमलपुष्प हासते पाकळ्यांतुनी किती ।।३।।

राजा मंगळवेढेकर

अनुक्रमणिका

१. *विस्तृत उत्तरप्रदेश*

जय-जय प्यारा भारत देश
जय-जय प्यारा जगसे न्यारा
शोभित सारा देश हमारा
जगत मुकुट जगदीश दुलारा
जय सौभाग्य-सुदेश ।।

सर्व जगातील देशांहून आगळावेगळा असा हा आमचा प्रियतम भारत देश आहे. आमचा सारा जगताचा मुकुट शोभेल असा शोभिवंत आहे. सौभाग्यशाली अशा या सुदेशाचा जयजयकार असो !

अशा या भारतातच 'उत्तर प्रदेश' हा भारताची प्रतिकृती शोभेल असा विशाल आणि विविधतेने नटलेला प्रदेश आहे.

भारतीय संघराज्यातील सर्वाधिक लोकवस्तीचे राज्य म्हणजे उत्तर प्रदेश होय. या प्रदेशाला फार मोठा प्राचीन इतिहास उपलब्ध आहे. या प्रदेशातल्या अयोध्यानगरीतच श्रीरामाचा जन्म झाला आणि येथील मथुरेतच श्रीकृष्णाचा जन्म झाला. राम आणि कृष्ण हे भारतीय मनावर अनंत काळापासून अधिराज्य गाजविणारे दोन अवतार याच भूमीत झाले. रामकृष्णांप्रमाणेच भारतीय मनाला हिमालयाचे आकर्षण आहे. कालिदासाने या पर्वतश्रेष्ठाला 'देवतात्मा' असे म्हटले आहे. या देवत्व लाभलेल्या हिमालयाचे सान्निध्य उत्तरेला या प्रदेशाला लाभलेले आहे. अकबराने आपली स्वप्निल राजधानी फत्तेपूर सिक्री निवडली, ती याच प्रदेशात. तेथेच त्याने आपला 'दीने इलाही' धर्म स्थापन केला. जगप्रसिद्ध ताजमहाल शहाजहान बादशहाने याच प्रदेशातल्या आग्रा येथे यमुनेच्या काठी बांधला. स्वातंत्र्यलक्ष्मी झाशीची राणी, नानासाहेब पेशवे, सेनापती तात्या

टोपे हे १८५७ चे स्वातंत्र्यवीर येथेच स्वातंत्र्यासाठी अपार झुंजले. त्यानंतर स्वातंत्र्यलढ्यात पंडित मोतीलाल नेहरू, मदनमोहन मालवीय, पुरुषोत्तमदास टंडन, तेजबहादूर सप्रू, जवाहरलाल नेहरू, लालबहादूर शास्त्री, पंडित गोविंदवल्लभ पंत आदी महापुरुष याच प्रदेशाने दिले. पंडित जवाहरलाल नेहरू, लालबहादूर शास्त्री आणि इंदिरा गांधी हे स्वतंत्र भारताचे तीनही पंतप्रधान उत्तर प्रदेशानेच दिले. शतकानुशतकांच्या इतिहासात उत्तर प्रदेशाने कितीतरी राजे, महाराजे, योद्धे, सेनानी, स्वातंत्रवीर, क्रांतिकारक, सामाजिक व राजकीय नेते, कवी, नाटककार, लेखक, संगीतकार इत्यादी थोर पुरुष दिले. विविध क्षेत्रांतील उत्तर प्रदेशाची ही कामगिरी म्हणजे भारताची मोठीच देणगी आहे. तसे पाहिले तर उत्तर प्रदेश ही भारताचीच एक लहानशी आवृत्ती आहे. तेथे सर्व प्रदेशांतील लोक, धर्म, जाती-जमाती यांच्या चालीरीती, वेशभूषा, भाषा आदी विविधता आढळते.

ब्रिटिशांच्या काळात उत्तर प्रदेश आग्रा व अवध यांनी बनलेला 'संयुक्त प्रांत' या नावाने ओळखला जात असे. गंगेचे जगप्रसिद्ध खोरे याच प्रदेशात येते. प्राचीनकाळी भारतदेश आर्यावर्त, भारत, मध्यप्रदेश, हिंदुस्थान या नावांनी ओळखला जात असे. ही सारी नावे उत्तर प्रदेशाच्या संदर्भातच उच्चारली जात असत. इतिहासाच्या वाटचालीत या प्रदेशाचे क्षेत्रफळ वारंवार कमी-जास्त होत राहिले. वाराणसी नगरी ही मेम्फीस, मिनेवेह, बाबिलोन, मोहन्जोदरो या नगरांहूनही प्राचीन असल्याचे आता पुराणवस्तूशास्त्रज्ञांनी मान्य केले आहे. वाराणसी, अलाहाबाद, अयोध्या, कन्नौज हे क्षेत्रच सिंधू संस्कृतीचे केंद्र होते, असे आता इतिहासकार मानतात. प्राचीनकाळी या प्रदेशात काशी, कौशांबी, कोसल, प्रयाग, मथुरा, हस्तिनापूर, पांचाल ही वैभवशाली राज्ये नांदली. दिल्ली व मीरत यांच्या दरम्यान हस्तिनापूरचे, तर बरेलीला कृवी पांचालांचे राज्य होते. मथुरेला शूरसेन प्रजासत्ताक होते. कोसलची राजधानी होती अयोध्या. आज तो सारा प्रदेश अवध म्हणून ओळखला जातो. लखनौ, अलाहाबाद, वाराणसी, फैजाबाद ही सारी शहरे याच प्रदेशातली. अलाहाबादजवळ कौशांबी राज्य होते. उदयन राजाची राणी वासवदत्ता येथल्याच वत्स राजघराण्यातली. काशीचा राजा अजातशत्रू हा महापराक्रमी आणि थोर प्रशासक होता. वेद आणि वेदान्त यांचा उगम आणि विकास या प्रदेशातच झाला. गौतम बुद्ध याच प्रदेशात जन्माला आला आणि त्याच्या जीवनाशी संबंधित असलेली सारनाथ आणि कुशीनगर ही स्थळे याच राज्यात आहेत. बुद्धाने आपले पहिले धर्मप्रवचन सारनाथ येथे दिले. किती तरी शतके हे बौद्ध धर्माचे प्रमुख केंद्रस्थान होते.

इस्लामने भारतात पाऊल ठेवले आणि उत्तर प्रदेशावरही त्याचा ठसा उमटला. सूफी आणि इतर मुस्लीम संत या प्रदेशात झाले. कबीर, तुलसीदास हे याच भूमीतले. हिंदी आणि उर्दू या भाषांचा विकास याच प्रदेशात विशेष झाला. मोगल व इराणी संस्कृतीने साहित्य, कला, संस्कृती व शिल्प यांच्याद्वारे भारतावर जो ठसा उमटवला, त्याचे प्रतीक म्हणजे लखनौ शहर होय.

हिंदू, बौद्ध, जैन, ख्रिश्चन व इस्लामी-धर्मविचाराला उत्तर प्रदेशानेच आसरा दिला. येथील गुरू गोरक्षनाथांना हिंदू आणि मुसलमान दोघेही पूज्य मानतात. गोरक्षनाथ म्हणाले होते, 'महंमद पैगंबराने ज्या तलवारीने धर्मप्रसार केला, तिचे पाते पोलादाचे नव्हते, ते होते प्रेमाचे!' भक्ती संप्रदायाचे एक प्रणेते स्वामी रामानंद हे अलाहाबादला जन्मले. त्यांचे वास्तव्य होते वाराणसीला. संत कबीर त्यांचे पट्टशिष्य बनले. बाबा फरीद यारीसाहेब, दर्यासाहेब, रज्जब या साऱ्या संतकवींनी कबीराचाच प्रेममय मार्ग अनुसरला.

भारतीय संगीत आणि नृत्य यासाठी उत्तर प्रदेशातील आग्रा, बनारस आणि लखनौ विख्यात आहेत. या कलांचा येथे फार मोठा विकास झाला. कथक, रास, काजरी, होरी इत्यादी नृत्य-संगीत प्रकार याच प्रदेशात उदय पावले आणि विकसित झाले.

भक्तिकाळातले तुलसीदास, कबीर, सूरदास, रहीम, मलिक महंमद जायसी हे सारे प्रमुख प्राचीन हिंदी कवी व बिहारी, केशवदास हे रीतिकालीन कवी याच प्रदेशात झाले. आधुनिक काळात भारतेंदु हिरिशचंद्र, प्रेमचंद्र, जयचंद्र प्रसाद, निराला, महादेवी वर्मा, सुमित्रानंदन पंत इत्यादी थोर नाटककार, कादंबरीकार, कवी या प्रदेशाने हिंदी भाषेला दिले. त्याचप्रमाणे गालिब, मीर, अनीस, नझीर अकबराबादी, फिराख, जिगर मुरादाबादी इत्यादी उर्दू कवी आणि लेखक हे उत्तर प्रदेशात होऊन गेले. एक उर्दू कवी म्हणतो, "लखनौ हमपर फिदा है, हम फिदा ए, लखनौ!" लखनौ, आग्रा, बांदा, जौनपूर, फरुखाबाद, अलिगढ ही उत्तर प्रदेशातील उर्दू काव्य आणि साहित्य यांची कलाकेंद्रेच आहेत.

आजच्या उत्तर प्रदेशाच्या पूर्वेला बिहार आणि पश्चिमेला पंजाब व राजस्थान यांचा शेजार आहे. दक्षिणेला मध्यप्रदेश आणि उत्तरेला हिमालय, नेपाळ आणि तिबेट यांची सोबत आहे. या राज्याचे क्षेत्रफळ २,४०,९२८ चौरस किलोमीटर आहे. भारताच्या सर्व राज्यांत हे राज्य मोठे असून यांची लोकसंख्या १,९९,५८१,४७७ आहे. आग्रा, अवध, रामपूर, तेहरी-गढवाल व वाराणसी ही स्वातंत्र्यपूर्वकाळातील देशी संस्थाने आणि अन्य राज्यांतील छोटे

छोटे तुकडे मिळून हा प्रदेश बनला आहे. स्वातंत्र्यानंतर या प्रदेशाला 'उत्तर प्रदेश' असे नाव मिळाले आहे. या राज्याची राजधानी लखनौ हे शहर असून राज्यभाषा हिंदी आणि उर्दू आहे. भौगोलिक दृष्टीने या राज्याचे पर्वतीय प्रदेश, दक्षिणेचा पठारी प्रदेश आणि गंगेचे मैदान असे तीन प्रमुख नैसर्गिक विभाग पडतात. उत्तर प्रदेशाचा अधिकांश भाग विशाल अशा गंगेच्या खोऱ्यात येतो. हरियाणातील सरहद्दीपासून पश्चिम बंगालच्या पूर्व सीमेपर्यंत हे गंगेचे मैदान पसरलेले आहे. गंगेच्या खोऱ्यातील माती ही भारतातील सर्वाधिक संपन्न मानली जाते. फार प्राचीन काळापासून येथे लोकवस्ती असून परकीय आक्रमणे देखील येथेच झालेली आहे. गंगा हीच उत्तर प्रदेशातील मुख्य नदी आहे. ही या राज्याची प्राणदायिनीच आहे. गंगेला तिच्या डाव्या बाजूने रामगंगा, गोमती व घागरा या नद्या मिळतात, तर उजव्या बाजूने यमुना नदी मिळते. तेहरी-गढवाल जिल्ह्यातील देवप्रयाग या ठिकाणी अलकनंदा व भागीरथी यांचा संगम होतो. या दोघींचा मिळून जो एक प्रवाह पुढे वाहू लागतो, त्यालाही गंगा म्हणतात. गंगा नदी हरिद्वारजवळ मैदानात उतरते व राज्याच्या आग्नेय दिशेकडे वाहू लागते. यमुना नदी गंगेच्या उजव्या हाताने हिमालयातून उगम पावते व उत्तर प्रदेशाच्या पश्चिम व दक्षिण सीमेजवळून वाहत प्रयाग क्षेत्रात गंगेला मिळते. याशिवाय अचिरावती, वेत्रवती इत्यादी नद्याही या भूमीला जलप्रदान करीत असतात.

उत्तर प्रदेशाचे हवामान सामान्यपणे उष्ण व कोरडे आहे. हिमालयाच्या पायथ्याशी समशीतोष्ण हवामान असते. सामान्यपणे येथे उन्हाळ्यात उन्हाळा जास्त व थंडीत थंडी जास्त असते. जून ते सप्टेंबर हे चार महिने येथे पावसाळा असतो. पहाडी प्रदेशात १०२ इंचांपर्यंत पाऊस पडतो. परंतु सर्वत्र सरासरी पन्नास इंच पाऊस पडतो.

राज्यातील शेतीमध्ये गहू, बाजरी, ऊस इत्यादी पिके होतात. हे राज्य कृषिप्रधानच आहे. या प्रदेशात जंगलेही बरीच आहेत. हिमालयाच्या भागातील जंगलात हत्ती, चित्ता, सांबर, चितळ, काळवीट आणि नीलगाय इत्यादी पशू आढळतात. सर्व प्रकारचे पक्षीही दिसतात. परंतु मोर आणि बटेर विशेष आढळतात. पहाडी भागात देवदार, चीड, सायप्रस, स्प्रूस इत्यादी वृक्ष आहेत. इतर ठिकाणच्या वनांमध्ये साल, शीशम, टिक, बांस, चडी हे प्रमुख वृक्ष आढळतात. त्याशिवाय पिंपळ, वड, निंब, खैर इत्यादी सर्वसाधारण झाडेही आहेत. उत्तर प्रदेशात विविध जातीचे आंबे होतात. दशहरी, लंगडा, सरौली आणि सफेदा आम्रफलांच्या जाती विशेष प्रसिद्ध आहेत. अलाहाबादचे पेरू प्रसिद्ध आहेत.

गुलाबाची आणि कमळाची फुले तिकडे खूप आढळतात. कन्नौज, लखनौ आणि सहसवान येथील अत्तरे विख्यात आहेत. त्यावरूनच या प्रदेशातील फुलांचे बाहुल्य लक्षात येते.

वाराणसी, प्रयाग, मथुरा, अयोध्या, वृंदावन इत्यादी तीर्थक्षेत्रे या राज्यातच आहेत.

या प्रदेशातील लोकसंख्येचे धर्मनिहाय वितरण, तसेच साक्षरता, स्त्री-पुरुष गुणोत्तर वगैरे तपशील पुढील कोष्टकात दिला आहे.

लोकसंख्या	मुस्लीम %	हिंदू %	शीख %	बौद्ध व अन्य %
१६,६१,९७,९२१	३,०७,४०,१५८	१३,३९,७९,२६	६,७८,०५	८,००,४४१
*२००१च्या जनगणनेनुसार	१८.५०	८०.६१	०.४१	०.४८

एक लाखावर लोकवस्ती असलेली एकूण ६३ शहरे उत्तर प्रदेशामध्ये असून त्यातील सर्वांत मोठे शहर म्हणजे राजधानी लखनौ (लोकसंख्या २८,१५,६०१) आहे, तर कानपूरची लोकसंख्या २७,६७,०३१ इतकी आहे.

वाराणसी, अलाहाबाद, आग्रा आणि मेरठ ही दहा लाखांवर लोकवस्ती असलेली इतर शहरे आहेत. या राज्याच्या विधानसभेत ४०४ तर विधानपरिषदेत १०८ आमदार असतात. या राज्यातून लोकसभेच्या ८० तर राज्यसभेच्या ३१ जागा आहेत.

या राज्याचा प्राणी पाणथळ प्रदेशातील हरीण; पक्षी सारस, झाड साल, फूल पलाश, नृत्य कथक तर खेळ हॉकी आहे.

उत्तर प्रदेशातील अलिगड मुस्लीम विद्यापीठ आणि बनारस हिंदू विश्वविद्यालय ही विद्या व संस्कृतीची अभिनव केंद्रेच आहेत. अलाहाबाद विद्यापीठाने देशाला सर गंगानाथ झा, अमरनाथ झा, सर शफथ अहमदखान, रमाप्रसाद त्रिपाठी, डॉक्टर वेणीप्रसाद, डॉक्टर मेघनाद सहा, सर के. एस्. कृष्णन्, डॉ. ताराचंद्र, डॉ. ए. सी. बॅनजी यांच्यासारखे वैज्ञानिक, साहित्यकार, पंडित आणि इतिहासकार दिले आहेत. उत्तर प्रदेशातील पंतनगरमधील कृषिविद्यापीठ नवनवीन संशोधनाबद्दल साऱ्या भारतात प्रसिद्ध आहे. तेथे संशोधन करण्यात

जिल्हा	लोकसंख्या	जिल्हा	लोकसंख्या	जिल्हा	लोकसंख्या
आग्रा	४३,८०,७९३	फत्तेपूर	२६,३२,६८४	महाराजगंज	२६,६५,२९२
अलीगढ	३६,७३,८४९	फिरोझाबाद	२४,९६,७६१	मैनपुरी	१८,४७,१९४
अलाहाबाद	५९,५९,७९८	गौतमबुद्धनगर	१६,७४,७१४	मथुरा	२५,४१,८९४
आंबेडकरनगर	२३,९८,७०९	गाझियाबाद	४६,६१,४५२	मौ	२२,०५,१७०
औरैय्या	१३,७२,२८७	गाझीपूर	३६,२२,७२७	मेरठ	३४,४७,४०५
आझमगढ	४६,१६,५०९	गोंडा	३४,३१,३८६	मिर्झापूर	२४,९४,५३३
बाघपत	१३,०२,१५६	गोरखपूर	४४,३६,२७५	मुरादाबाद	४७,७३,१३८
बाहरैच	३४,७८,२५७	हमीरपूर	११,०४,०२१	मुजफ्फरनगर	४१,३८,६०५
बलिया	३२,२३,६४२	हरडोई	४०,९१,३८०	पिलभिट	२०,३७,२२५
बलरामपूर	२१,४९,०६६	जलौन	१६,७०,७१८	प्रतापगढ	३१,७३,७५२
बांदा	१७,९९,५४१	जौनपूर	४४,७६,०७२	रायबरेली	३४,०४,००४
बाराबंकी	३२,५७,९८३	झाँसी	२०,००,७५५	रामपूर	२३,३५,३९८
बरैली	४४,६५,३४४	अमरोहा ज्योतिबा फुले नगर	१८,३८,७७१	शरनपूर	३४,६४,२२८
बस्ती	२४,६१,०५६	कनौज	१६,५८,००५	संतकबीरनगर	१७,१४,३००
बिजनौर	३६,८३,८९६	कानपूर देहात	१७,९५,०९२	संत रविदास नगर(भडोडी)	१५,५४,२०३
बदाँयुँ	३७,१२,७३८	कानपूरनगर	४५,७२,९५१	शहाजहानपूर	३०,०२,३७६
बुलंदशहर	३४,९८,५०७	कासगंज (कॉशीराम नगर)	१४,३८,१५६	श्रावस्ती	११,१४,६१५
चंडौली	१९,५२,७१३	कौसांबी	१५,९६,९०९	सिद्धार्थनगर	२५,५३,५२६
चित्रकूट	९,९०,६२६	लखीमपूर	४०,१३,६३४	सीतापूर	४४,७४,४४६
देओरिया	३०,९८,६३७	कुशीनगर	३५,६०,८३०	सोनभद्र	१८,६२,६१२
ईटाह	१७,६१,१५२	ललितपूरखेडी	१२,१८,००२	सुलतानपूर	३७,९०,९२२
इटावा	१५,७९,१६०	लखनौ	४५,८८,४५५	उन्नाव	३१,१०,५९५
फैजाबाद	२४,६८,३७१	हाथरस (महामायानगर)	१५,६५,६७८	वाराणसी	३६,८२,१९४
फरुखाबाद	१८,८७,५७७	माहोबा	८,७६,०५५	शामली (प्रबुद्ध नगर)	नवीन जिल्हा

जिल्हा	लोकसंख्या	जिल्हा	लोकसंख्या	जिल्हा	लोकसंख्या
हापुर पंचशीलनगर	नवीन जिल्हा	अमेठी (छ.शाहमहाराज)	नवीन जिल्हा (भीमनगर)	संभल	नवीन जिल्हा

एकूण लोकसंख्या	स्त्री : पुरुष गुणोत्तर	साक्षरता	शहरी:ग्रामीण गुणोत्तर
१९,९८,१२,३४१	९१२/१०००	६७.६८%	२२/७८
एकूण क्षेत्रफळ २,४०,९२८ कि.मी.^{२}	जंगले १६,८२६ कि.मी.^{२}	सिंचनाखालचे १८०२५ हजार हेक्टर	६३ शहरे ९७,९४२ खेडी

आलेल्या नव्या पद्धतीच्या बियाण्याने उत्पादन वाढते, हे सिद्ध झाले आहे.

असा हा आकाराने विस्तृत आणि लोक, भाषा, धर्म इत्यादींनी वैविध्यपूर्ण असूनही आपले भारतीयत्व जपणारा उत्तर प्रदेश आहे.

★★★

२. साक्षी इतिहास

उत्तर प्रदेशाची भूमी प्राचीन काळापासूनच भारताच्या इतिहासात महत्त्वपूर्ण ठरलेली आहे. या भूमीवर घडलेल्या इतिहासाने भारताच्या इतिहासालाच रंगरूप दिले आहे. तुर्क, मोगल, इंग्रज- ज्या कोणी उत्तर प्रदेशच्या भूमीवर आपले पाय रोवले, ते अखेरीस देशाच्या फार मोठ्या भागाचे सत्ताधारी बनले.

उत्तर प्रदेशाची ही भूमी प्राचीनकाळी 'आर्यावर्त' या नावाने ओळखली जात असे. त्यानंतर 'मध्यप्रदेश' या नावाने ती ओळखली जाऊ लागली आणि मध्यकालात याच प्रदेशाला कधी कधी 'हिंदोस्तान' असेही म्हटले गेले. गंगा नदीच्या काठचा विस्तीर्ण असा भू-भाग या प्रदेशात येतो. पौराणिक आख्यायिका अशी आहे, की ब्रह्माचा पुत्र दक्ष प्रजापती याने हरिद्वार जवळील कनखल येथे मानव वंशाचा प्रारंभ केला आणि वैवस्वत मनूचा पुत्र ईक्ष्वाकू याने अयोध्या नगरीत आपली राजधानी स्थापन केली. सगर, मांधाता, दिलीप, रघु, दशरथ आणि राम यांच्यासारखे महान पराक्रमी राजे व या वंशात झाले. मनूचा दुसरा पुत्र नाभाग याने यमुनेच्या काठावर मथुरा येथे आपले राज्य स्थापन केले. चंद्रवंशातील राजा पुरूरवा याने प्रयागजवळ प्रतिष्ठान नावाच्या नगरीत आपले राज्य प्रस्थापित केले आणि त्याचा दुसरा पुत्र अमावसु याने गंगेच्या काठी कानपूर जवळील कान्यकुब्ज अथवा कन्नौज येथे आपली राजधानी बनवली. त्याचा पुत्र नहुष याने भारतीय रंगमंचाची निर्मिती केली. प्रतिष्ठान आणि कन्नौज या दोन्ही राज्यांवर त्याची सत्ता होती.

कान्यकुब्ज

उत्तर प्रदेशाच्या फरुकाबाद जिल्ह्यातील कनोज हे एक शहर आहे. कनोज अथवा कन्नौज या शब्दाने मूळ संस्कृत रूप कान्यकुब्ज असे आहे. भारतीय साहित्यात हा शब्द प्रदेशवाचक अर्थाने आढळतो. प्रतिहार राजांच्या

लेखात कान्यकुब्ज शब्द प्रदेशवाचक म्हणून वापरला आहे व त्याची राजधानी 'महोदय' होती, असे म्हटले आहे. 'राजतरंगिणी' नावाच्या ग्रंथात कान्यकुब्ज प्रदेशाचा विस्तार यमुना तटापासून कालिका नदीपर्यंत होता, असा उल्लेख आढळतो. ह्यूएनत्संग या चिनी प्रवाशाने याचा परीघ जवळजवळ ६७० मैल होता, असे म्हटले आहे. स्कंधपुराण व प्रबंधचिंतामणी या ग्रंथात या प्रदेशात छत्तीस लाख गावे होती, असे सांगितले आहे. वाल्मिकी रामायणात कन्नौज शहराचे मूळ नाव 'महोदय' होते, असे म्हटले आहे. या नगराला कान्यकुब्ज हे नाव कसे पडले याविषयी रामायणातच एक कथा दिली आहे- कुशाचा पुत्र कुशनाभ याने महोदय नावाच्या नगरीची स्थापना केली होती. वायूच्या शापामुळे त्याच्या शंभर मुलींना कुब्जत्व प्राप्त झाले आणि या शहराला कन्याकुब्ज असे नाव मिळाले. याचेच पुढे कान्यकुब्ज बनले. कन्नौजचा अलीकडचा इतिहास मौखारी राजांपासून सुरू होतो. गुप्त साम्राजाच्या शेवटच्या दिवसांत हरिवर्मा या मौखारी राजाने एक नवीन राज्य स्थापन केले आणि कन्नौज ही आपली राजधानी बनवली. हरिवर्म्यांच्या नंतर त्याचा पुत्र आदित्यवर्मा व नातू ईश्वरवर्मा यांनी येथे राज्य केले. ईश्वरवर्म्याच्या नंतर त्याचा पुत्र ईशानवर्मा गादीवर आला. या वंशातील हा सर्वश्रेष्ठ राजा होता. याने आपल्याला 'महाराजाधिराज' ही पदवी घेतली होती. मौखरी राजांनी इ.स. ६०६ पर्यंत कन्नौजवर राज्य केले.

यानंतर कनोजवर राज्य करणारा प्रमुख राजा म्हणजे हर्षवर्धन हा होय. त्याच्या कारकिर्दीत कन्नौज शहर एका विशाल साम्राज्याची राजधानी बनली. हर्षाच्या पश्चात त्याचे साम्राज्य अस्तास गेले आणि त्याचबरोबर कन्नौजचे महत्त्वही नाहीसे झाले. आठव्या शतकाच्या प्रारंभी यशोवर्मा राजाने कन्नौजवर सत्ता स्थापन केली. त्याच्या पश्चात वृत्रायुध, इंद्रायुध व चक्रायुध या राजांनी सुमारे ७७० ते ८१६ पर्यंत कन्नौजवर राज्य केले. त्यानंतर कन्नौजावर अनेक आक्रमणे झाली. राजस्थान व माळवा यावर राज्य करणारा प्रतिहार राजा नागभट-द्वितीय याने चक्रायुधाचा पराभव करून कनोज जिंकून घेतले. याचा नातू मिहिरभोज हा अत्यंत पराक्रमी होता. त्याच्या साम्राज्याचा विस्तार बराच होता आणि राजधानी कन्नौज येथेच होती. दहाव्या शतकाच्या शेवटी कन्नौजवर राज्यपाल नावाचा राजा राज्य करीत होता. याच्याच कारकिर्दीत १०१८ मध्ये गझनीच्या अहंमदाने कन्नौजवर स्वारी केली. त्याने राज्यपालाचा पराभव करून हे एक वैभवसंपन्न नगर लुटून नेले. कन्नौजची ही शोचनीय अवस्था पुढे चंद्रदेव

गाहढवाल याच्या उदयानंतर बदलली. चंद्रदेवाने एक नवीन राज्य स्थापन केले आणि कन्नौज हीच आपली राजधानी केली. त्याच्या मागून मदनपाल, गोविंदचंद्र, विजयचंद्र आणि जयचंद्र हे राजे झाले. जयचंद्र व पृथ्वीराज चौहान यांचे युद्ध इतिहास प्रसिद्ध आहे.

११९२ मध्ये महंमद घोरीने भारतावर स्वारी करून पृथ्वीराज चौहानाचा पराभव केला आणि दिल्ली जिंकून घेतली. या स्वारीच्या वेळी जयचंद्राने पृथ्वीराजाला मदत केली नाही. जयचंद्राच्या या संकुचित वृत्तीचे फळ त्यालाही पुढच्याच वर्षी म्हणजे ११९३ साली भोगावे लागले. महंमद घोरीने जयचंद्रावर स्वारी केली आणि त्याला ठार मारून कन्नौज शहर ताब्यात घेतले. त्यानंतर शेरशहा व हुमायून यांनी कन्नौजवर सत्ता प्रस्थापित केली. अकबराच्या कारकिर्दीत कन्नौज मोगल साम्राज्यात आले. इंग्रजांच्या कारकिर्दीत १८५७ सालचा स्वातंत्र्य संग्राम येथेच सुरू झाला.

प्राचीन ग्रंथांनुसार कन्नौजच्या नहुष राजाचा पुत्र ययाति हा भारताचा पहिला चक्रवर्ती सम्राट होऊन गेला. ययातीच्या पाच पुत्रांनी पश्चिम-दक्षिणेकडे आणि पूर्व भारतात आपल्या राज्यांचा विस्तार केला. पुरू वंशाने मेरठजवळ हस्तिनापूर येथे आपली राजधानी स्थापन केली होती. यदुवंशाने मथुरा नगरी, गादी वंशाने कन्नौजमध्ये, वत्स वंशाने कौशंबीमध्ये आणि क्षात्रवृद्ध वंशाने वाराणसी येथे आपली राजधानी स्थापन केली होती. पुरू वंशातील राजा दुष्यंत याने शकुंतलेशी विवाह केला होता. त्यांचा पुत्र भरत हा महान पराक्रमी राज होऊन गेला. त्याच्या नावावरूनच या देशाला 'भरतवर्ष' असे नाव पडले. याच वंशातील एका शाखेने बरेलीजवळ अहिच्छत्रा येथे पांचालांचे राज्य स्थापन केले. बस्ती जिल्ह्यातील कपिलवस्तू येथील शाक्यवंशामध्ये तथागत बुद्ध याचा जन्म झाला आणि देवरिया जिल्ह्यातील कुशीनगर येथील शालवनात बुद्धाचे निर्वाण झाले.

प्रथम जैन तीर्थंकर वृषभदेव यांचा जन्म अयोध्येत झला असे मानतात. अन्य जैन तीर्थंकरांपैकी पार्श्वनाथांचा जन्म वाराणसीत, शांतिनाथांचा हस्तिनापुरात, मल्लिनाथांचा मथुरेत आणि नेमिनाथांचा सौरीपूर येथे जन्म झाला. विश्वामित्र, वसिष्ठ आणि भारद्वाज यांच्यासारखे वैदिक ऋषी आणि वाल्मिकी-व्यास यांच्यासारखे आदिकवी याच भूमीत झाले. पुराणांतरी नैमिषारण्याचा उल्लेख आढळतो. ते ठिकाण आता सीतापूर जिल्ह्यातील 'नीमसार' या नावाने ओळखले जाते.

जनपदयुग

महाभारत कालानंतर भारतामध्ये जी प्रसिद्ध सोळा महाजनपदे होती, यांपैकी शौरसेन, कुरू, पांचाल, कोशल, काशी आणि वत्स ही उत्तर प्रदेशात होती.ग

मौर्य काळामध्ये उत्तर प्रदेश चंद्रगुप्त मौर्य या राजाच्या सत्तेखाली आला. सम्राट अशोकानेही या प्रदेशावर राज्य केले. परंतु अशोकाच्या मृत्यूनंतर उत्तर प्रदेशावर पुष्यमित्र शुंग या राजाची सत्ता प्रस्थापित झाली. पुष्यमित्राने डेहराडून जवळील जगत्ग्राम येथे एक अश्वमेध यज्ञ केला होता. पुष्यमित्रानंतर या प्रदेशावर शकवंशातील राजा रजुबल आणि सौडास ह्या राजांनी राज्य केले. त्यांनी मथुरा येथे आपली राजधानी ठेवली होती. त्यांच्यानंतर कुशाणांचे राज्य या प्रदेशावर आले. या वंशात कनिष्क हा मोठा पराक्रमी राजा होऊन गेला. याचे राज्य अफगाणिस्तान आणि मध्य आशियापर्यंत पसरलेले होते. त्याने आपल्या साम्राज्याची पूर्वेकडील राजधानी मथुरा येथे ठेवलेली होती. त्या काळी मथुरा हे व्यापाराचे आणि संस्कृतीचे मोठे केंद्र होते. याच सुमारास मथुरेच्या शिल्पकलेचा विकास झाला. कुशाणांच्या पश्चात नाग राजांनी पश्चिम-उत्तर प्रदेशावर राज्य केले. परंतु समुद्रागुप्ताने त्यांचा पराभव केला आणि तो प्रदेश आपल्या साम्राज्यात सामाविष्ट केला. गुप्त-काळात मथुरा आणि वाराणसी यांना वैभवाचे दिवस प्राप्त झाले होते.

काशी

जनपद युगात काशी हे एक प्रमुख जनपद होते. पाणिनी व पतंजली या दोघांनीही काशी जनपदाचा उल्लख केला आहे. काशी किंवा काश्य या नावाचे जनक या ठिकाणी राहात होते. अथर्ववेद, शतपथ ब्राह्मण, जैमिनीय ब्राह्मण आणि बृहदारण्यक या ग्रंथांत काशी लोकांचे उल्लेख आहेत. मूळ काशी नगरी या काशी किंवा काश्य लोकांनी वसविली असावी. महाभारतात काशी जनपदाचे अनेक उल्लेख असून भीष्माने काशी राजाच्या कन्येचे अपहरण केल्याची कथा प्रसिद्धच आहे. भारतीय युद्धात काशी राजाने पांडवांना मदत केली होती. काशीची राजपरंपरा हर्यश्र्वापासून सुरू होती. त्याचा पुत्र सुदेव आणि त्याचा पुत्र दिओदास होता. दिओदास हा महापराक्रमी होता. त्याने इंद्राच्या आज्ञेवरून काशीची स्थापना केली, असे महाभारतात म्हटले आहे. या दिओदासाचा पुढे वैतहव्य राजांनी पराभव केला व त्यानंतर त्याला झालेला पुत्र प्रतर्दन याने वैतहव्यांना ठार मारून काशीचे राज्य परत मिळविले, अशी कथा आहे. बौद्ध

कालातील अनेक कथांची सुरुवात 'अतीते बारनसीयं ब्रह्मदत्ते व्रज्जं करेन्ते' म्हणजे 'प्राचीन काळी वाराणसीत ब्रह्मदत्त नावाचा राजा राज्य करीत होता' अशी आढळते. यावरून असे दिसते, की त्या काळात काशीच्या राजाला ब्रह्मदत्त ही पदवी असावी. महाकोसल राजाने आपली कन्या कोसलदेवी मगध देशाचा राजा बिंबिसार याला दिली व त्याच प्रसंगी काशी हे शहर बिंबिसाराला आंदण दिले होते. मध्ययुगात उत्तर प्रदेश हा मुसलमानी आक्रमणांमुळे जर्जर होऊन गेला. त्यावेळी काशीलाही त्याचे परिणाम भोगावे लागले. औरंगजेबाने काशीवर धाड घालून विश्वेश्वराच्या मंदिरासकट काशीतली अनेक मंदिरे त्याने उद्ध्वस्त करून टाकली. विश्वेश्वराच्या मंदिरावर त्याने मशिदच उभारली.

मथुरा

मथुरा प्रदेशावर सूर्य व सोम या दोन्ही वंशांनी राज्ये केलेली आहेत. यादववंश हा सोमवंशीयच होता. त्यांची सत्ता मथुरेवर बराच काळ नांदत होती. श्रीकृष्णाचा जन्म यादव वंशातच झाला. कृष्णाने कंसाचा वध करून मथुरेची सुटका केली होती. कंस हा मगधसम्राट जरासंध याचा जावई होता. त्याने कंसवधाचा सूड घेण्यासाठी मथुरेवर अठरा वेळा स्वारी केली होती. बुद्धाच्या काळात अवंतीपुत्र नावाचा राजा मथुरेवर राज्य करीत होता. पुढे हा प्रदेश मौर्यांच्या सत्तेखाली गेला. मौर्यानंतर शुंग वंशाला मथुरेचे राज्य मिळाले. या शुंगाच्या कालातच यवनांनी मथुरेवर आक्रमण केल्याचे दाखले तत्कालीन साहित्यात आढळतात. त्यानंतर शक-कुशाण यांनी येथे राज्य केले. नाग, गुप्त, हूण, हर्षवर्धन, वर्म, गुर्जरप्रतिहार आणि गाहढवाल या वंशांनीही मथुरेवर राज्य केले होते. गजनीच्या महंमदाने मथुरेवर आक्रमण केले, तेव्हा सतत वीस दिवस त्याने मथुरा लुटली होती. तेव्हापासून तेथे मुसलमानी सत्ता आली. त्यानंतर काही काळ मथुरेवर मराठ्यांचेही राज्य होते. पण १८०३ साली मराठ्यांचा पराभव झाल्यावर इंग्रजांचे राज्य तेथे प्रस्थापित झाले.

मुस्लीम राजवट

मुसलमानी आक्रमकांना उत्तर प्रदेशातील राजांनी बराच काळ थोपवून धरले होते. परंतु पुढे एक एक राज्य दुर्बल होत गेले आणि मुसलमानी सत्तेने या प्रदेशात आपले पाय रोवले. त्यांच्यातीलही सुभेदारांनी संधी मिळेल त्याप्रमाणे आपली स्वतंत्र राज्ये स्थापन केली. १३९४ मध्ये कन्नौज, अवध, कडा आणि जौलपूर येथील सुभेदार ख्वाजाजहाँ याने आपले स्वातंत्र्य जाहीर करून जौलपूर येथे आपली राजधानी स्थापन केली. येथून पुढे ८० वर्षे जौलपूर ही तुर्की

सुलतानांची राजधानी होती. त्यावेळी जौलपू हे शिक्षण, संस्कृती, कला आणि व्यापार यांचे केंद्र म्हणून प्रसिद्धीला आले होते आणि त्याला 'शीराज-ए-हिंदोस्तान या नावाने ओळखले जात असे.

जौलपूरच्या पतनानंतर या भागात अशांती माजली आणि बहलोल लोधी या सुलतानाला तिथे शांतता प्रस्थापित करण्यासाठी पंचवीस वर्षे लागली. या करिताच लोधींनी आपली राजधानी दिल्लीहून आग्रा येथे आणली होती. फत्तेपूर सिक्रीजवळ राणा संगाच्या फौजांबरोबर लोधींना युद्धक करावे लागले होते.

अकबर बादशहालाही उत्तर प्रदेशातील झुंजार शासकांशी सामना द्यावा लागला होता. जौलपूर आणि वाराणसी येथील सुलतानांचा पाडाव करण्यासाठी त्याला मोठी लढाई करावी लागली. उत्तर प्रदेशातील फत्तेपूर सिक्री येथे अकबर बादशहाने काही काळ आपली राजधानी वसवली होती. शहाजहान बादशहापर्यंत मोगलांची राजधानी आग्रा येथेच होती.

मोगल साम्राज्य दुर्बल बनल्यानंतर महंमद शहा बंगश याने फरूकाबाद येथे आपले राज्य स्थापन केले आणि अलि महंमद हा रोहिलखंडाचा सुभेदार बनला. १७६१ मध्ये मोगल सम्राट शाहआलम याने आपली राजधानी अलाहाबाद येथेच स्थापन केली आणि त्याने येथेच ईस्ट इंडिया कंपनीला बंगालची दिवाणी दिली. १७६५ मध्ये अवधचा नबाब शुजाउद्दौल याचा आणि मराठ्यांचा कानपूर जवळच्या लढाईत पराभव झाला. अवधच्या नबाबाने या वेळी ईस्ट इंडिया

कंपनीला दर वर्षी पन्नास लाख रुपये खंडणी देण्याचे कबूल केले. १७७४ मध्ये ईस्ट इंडिया कंपनीने अवधच्या नबाबाला साहाय्य करून मीरनपूर कटराच्या लढाईत राहिला सरदार रहमत खाँ याचा पराभव केला. १७७५ सालच्या तहानुसार अवधच्या नबाबाने वाराणसच्या आसपासचा बराचसा भाग ईस्ट इंडिया कंपनीला देऊन टाकला. १७८० मध्ये ईस्ट इंडिया कंपनीचा गव्हर्नर जनरल वॉरन हेस्टिंग्ज याने बनारसचा राजा चेतनसिंह याचा पराभव केला आणि १८०१ साली अवधच्या नबाबाबरोबर

झालेल्या तहानुसार उत्तर प्रदेशचा अधिकांश भाग ईस्ट इंडिया कंपनीच्या हाती आला. या भागात त्या वेळी गोरखपूर आणि रोहिलखंडातील प्रदेश, त्याचप्रमाणे अलाहाबाद, फत्तेपूर, कानपूर, इटावा, मैनपुरी, एटा हे जिल्हे आणि कुमाऊँ व मेरठ जिल्ह्यातील काही भाग यांचा समावेश होता. त्या सुमारास पश्चिम-उत्तर प्रदेशावर महादजी शिंदे यांच्या नेतृत्वाखाली मराठ्यांचे राज्य होते. मेरठ, अलिगड, आग्रा आणि बुंदेलखंडातील बांदा आणि हमीरपूर व जालोन हे जिल्हे त्यांच्या अधिपत्याखाली होते. १८०३ मध्ये जेव्हा जनरल लेक याने मराठ्यांचा पराभव केला, तेव्हा हा भू-प्रदेश ईस्ट इंडिया कंपनीच्या सत्तेखाली आला. १८१६ मध्ये नेपाळबरोबर झालेल्या तहानुसार गढवाल, नैनीताल आणि डेहराडून हे जिल्हे कंपनीच्या राज्यात समाविष्ट करण्यात आले. त्या काळी हा सगळा प्रदेश बंगाल प्रेसिडेंसीच एक भाग होता. १८३५ मध्ये हा प्रदेश बंगालपासून वेगळा करण्यात आला आणि 'उत्तर-पश्चिमी प्रांत' या नावाने एका उप-राज्यपालाच्या अधिकाराखाली ठेवण्यात आला. दिल्ली आणि अजमेर ही शहरे देखील याच भागात समाविष्ट करण्यात आली.

१८४० ते १८५३ च्या दरम्यान झाशी, जालौल आणि हमीरपूर येथील राजे मृत्यू पावले. त्यांना त्यांच्या माघारी राज्याधिकारी पुत्र नव्हता. याचा फायदा घेऊन डलहौसीने ही राज्येदेखील या प्रांतात विलीन करून टाकली. यामुळे या भागात मोठा असंतोष निर्माण झाला होता. या असंतोषालाच १८५७ साली क्रांतियुद्धाच्या रूपाने वाचा फुटली.

सत्तावनचे क्रांतियुद्ध

१८५७ चा उठाव झाला, तो प्रामुख्याने उत्तर प्रदेशातच. १० मे १८५७ साली मेरठ ऊर्फ मीरत शहरात क्रांतीची पहिली ठिणगी पडली. मीरतच्या फौजेमधील शिपायांनी हा उठाव केला. शस्त्रसज्ज शिपाई 'मारो फिरंगीको, अशा गर्जना करीत तुरूंगांच्या दिशेने धावले. तुरूंग फोडून त्यांनी दहा-दहा वर्षांची सक्त मजुरीची शिक्षा ठोठावून डांबलेल्या देशभक्त शिपायांना त्यांनी मुक्त केले. एका लोहाराने त्यांच्या हातापायांतील बेड्या तोडून टाकल्या. कर्नल फिनिक्स घोड्यावर बसून आला आणि अकराव्या पलटणीतल्या शिपायांना दमदाटीची भाषा करू लागला. तितक्यात विसाव्या पलटणीतल्या एका बहाद्दर शिपायाने पिस्तुल झाडले आणि घोड्यासह कर्नल फिनिक्सला ठार केले. वायुवेगाने ही वार्ता गावातल्या कानाकोपऱ्यांत जाऊन पोहोचली. मीरतच्या सदर बाजारातले लोक भाले, काठ्या, सुऱ्या, तलवारी- जे जे मिळेल ते घेऊन बाहेर पडले. इंग्रज

दृष्टीस पडताच त्याला अचूक टिपू लागले. कितीतरी इंग्रज अधिकारी त्यांनी गारद केले. गावातल्या इंग्रजांच्या इमारतींना आगी लावण्यात आल्या. त्यांचे बंगले, कचेऱ्या जिथे जिथे म्हणून इंग्रजी सत्तेचे चिन्ह दिसत होते, ती ती वास्तू आगीच्या भक्ष्यस्थानी पडली.

मीरतच्या अचानक उठावाने निरनिराळ्या ठिकाणच्या सैनिकांचा उत्साह वाढला आणि मीरतला पडलेल्या क्रांतीच्या ठिणगीने बघता बघता आगीचे महान रूप धारण केले. मीरत पाठोपाठ दिल्ली शहरात क्रांतीचा उठाव झाला आणि १६ मे रोजी दिल्ली पूर्णपणे क्रांतिकारकांच्या ताब्यात आली.

दिल्लीच्या पाठोपाठ उत्तर प्रदेशातील कानपूर येथेही मोठा उठाव झाला. या उठावाचे नेते होते नानासाहेब पेशवे. १८५७ च्या क्रांतियुद्धाचे नानासाहेब हे एक प्रमुख नेते होते. १८१७ मध्ये दुसऱ्या बाजीरावाने पुणे सोडल्यानंतर ते कानपूरजवळ गंगेकाठी बिठूर नावाच्या गावात येऊन राहिला होता. त्याला व त्याच्या कुटुंबातील मंडळींकरता सालीना आठ लक्ष रुपयांचे पेन्शन इंग्रज देत होते. दुसऱ्या बाजीरावाने नानासाहेबास दत्तक घेतले होते. १८५१ मध्ये दुसरा बाजीराव वारल्यावर डलहौसीने हे पेन्शन बंद केले.

झाशीच्या राणीचा दत्तकही इंग्रजांनी बेकायदा ठरविला आणि संस्थानला वारस नाही म्हणून ते खालसा करून टाकले. संस्थान खालसा केल्याचा हुकूम

मिळताच राणी लक्ष्मीबाई संतापाने गरजली की, 'मेरी झांशी मै नहीं दूँगी !' राणीने दुर्गेचा अवतार धारण केला. लखनौचे नबाब वाजीद अलिशाह यालाही इंग्रजांनी कलकत्याच्या तुरुंगात डांबले होते. अशा तऱ्हेच्या घटनांमुळे सर्वत्र जो असंतोष धुमसत होता, त्याला नानासाहेबांनी मुत्सद्दीपणाने क्रांतीच्या उठावाचे वळण दिले. ४ जून १८५७ च्या रात्री कानपुरात क्रांतीचा स्फोट झाला. क्रांतिवीरांनी इंग्रजांचे तुरुंग फोडले, कैदी मोकळे केले. नागरिकही उठावात सामील झाले. क्रांतिवीरांनी खजिन्यावर हल्ला चढवून तो ताब्यात घेतला. इंग्रजांच्या इमारतीची जाळून राखरांगोळी केली. खंदकात संरक्षित जागी ज्या इंग्रज स्त्रिया व मुले होती, त्यांची बाहेरील रसद बंद केल्यामुळे मोठी बिकट परिस्थिती झाली. शेवटी इंग्रजानी शरणागती पत्करल्यावर त्यांच्या बायकामुलांची सुरक्षित स्थळी रवानगी केली. २८ जून १८५७ रोजी नानासाहेब पेशव्यांचा टोलेजंग दरबार कानपुरात भरला. सैनिकांचे भव्य संचलन झाले. मोगल बादशहाच्या सन्मानार्थ १०१ तोफांची आणि पेशव्यांच्या सन्मानार्थ एकवीस तोफांची सलामी देण्यात आली. नानासाहेबांनी जाहीरनामा काढून आणि द्वाही फिरवून कानपूरचा कारभार पाहण्यास सुरुवात केली. हॅव्लॉक, रिनॉड व नील हे इंग्रज सेनापती कानपूरच्या कत्तलीचा सूड घेण्यासाठी चालून आले. दोन्ही सैन्यात घनघोर युद्ध झाले. आणि १७ जुलैच्या प्रात:काली हॅवलॉकच्या सैन्याने कानपूर शहर परत ताब्यात घेतले. मीरत, कानपूरच्या उठावाच्या बातम्या सर्वत्र पसरल्या होत्या. बनारसला पॉन्सन्बी या इंग्रज अधिकाऱ्याने ३७ व्या पलटणीला नि:शस्त्र बनवले. पाठोपाठ इंग्रजी सैनिकांची फलटण तेथे उतरली. हिंदी निशःस्त्र सैनिकांची समजूत झाली, की या इंग्रजी पलटणीकडून आपल्याला गोळ्या घालून ठार केले जाणार, म्हणून ते सैनिक हत्यारांकडे धावले. त्यांचा बंदोबस्त करण्यासाठी गोऱ्या फौजेने गोळीबारास सुरुवात केली. याच वेळी नील नावाचा इंग्रज अधिकारी तेथे आला. त्याने कशाचीही चौकशी न करता दहशत बसविण्यासाठी कत्तल सुरू केली. झाडा-झाडांवर हिंदी माणसांना टांगून फाशी दिले. या अमानुष कत्तलीने फत्तेपूर, फैजाबाद, जबानपूर इत्यादी ठिकाणच्या शिपायांत खळबळ माजली. अलाहाबादला उठाव झाला. तेथे शिपायांनी किल्ला व शहरावर ताबा मिळवला. नील ताडीने अलाहाबादला रवाना झाला. त्याने शहर व किल्ला लढवून परत मिळवला, पण पुनश्च उठाव होऊ नये व लोकांना जरब बसावी म्हणून आसपासची गावेच्यागावे जाळून टाकली, घरेदारे उद्ध्वस्त केली, निरपराध्यांना फासावर लटकावले. लुटालूट व अत्याचार एवढे केले, की गरीब लोक भयभीत

होऊन दाही दिशांना पांगले. बनारसच्या उठावाची बातमी जौलपुरासही पोहोचली आणि तिथेही खळबळ माजली. शीख पलटण बंडवाल्यांना मिळाली. सारे जौलपूर बंडवाल्यांच्या ताब्यात गेले. टूपेझ नावाच्या इंग्रज मॅजिस्ट्रेटला ठार करण्यात आले. लेफ्टनंट मारा यालाही सैनिकांनी गोळी घातली. इंग्रज दिसला, की गोळी घालण्याचा सपाटा शहरभर सुरू झाला. भयभीत होऊन काही इंग्रज नावेत बसून बनारसकडे पळून जाऊ लागले. नावाड्यांनी त्यांना नावेत घेतले; पण प्रवाहाच्या मध्यावर गेल्यावर त्यांना यथेच्छ लुटले आणि गंगेच्या वाळवंटात आणून सोडले. अजीम गडावरही स्वातंत्र्याचे निशाण फडकू लागले. लखनौ तर मेच्या अखेरीस पेटले होते. साऱ्या अवध प्रांतात क्रांतीचा उठाव झालेला होता आणि इंग्रजी राजवटीचा दोन-तीन आठवड्यांतच अंत झाला होता. क्रांतिवीरांनी नबाबाचा मुलगा बरजीस कादर याला गादीवर बसवले; परंतु तो वयाने लहान होता, म्हणून राजमाता बेगम हजरत महाल हिने राज्यकारभाराची सूत्रे आपल्या हाती घेतली. बेगम मोठी कर्तबगार होती. तिने न्याय, वसूल, लष्कर, पोलीस इत्यादी खात्यांची पुनर्रचना करून योग्य अधिकारी नेमले, दरबार भरविला आणि निरनिराळ्या प्रश्नांचा विचार सुरू केला. कानपूरप्रमाणेच लखनौ येथेही क्रांतिकारकांच्या वेढ्यात इंग्रज स्त्री-पुरुष, मुले अडकून पडली होती. हा वेढा बरेच दिवस टिकला होता. वेढ्यांचे वृत्त कळताच हॅवलॉक लखनौकडे आला. ठिकठिकाणी त्याला क्रांतिकारकांशी सामना द्यावा लागला. शेवटी सहा महिन्यांनी, १७ नोव्हेंबर १८५७ रोजी, क्रांतिकारकांचा वेढा उठवण्यात इंग्रजांना यश आले. वेढा उठला तरी लखनौच्या बऱ्याच भागावर क्रांतिकारकांचे राज्य होते. २ मार्च १८५८ रोजी इंग्रजांनी मोठ्या फौजेनिशी लखनौवर हल्ला केला. यावेळेही लखनौच्या बेगमने आणि अहमदशहा मौलवीने बराच मोठा प्रतिकार केला. परंतु इंग्रजी फौजेचे सामर्थ्य प्रचंड होते. त्यांनी हळूहळू सारे लखनौ शहर ताब्यात घेतले. नंतर तिथे इंग्रजी फौजेने अगणित अत्याचार केले. असंख्य निरपराध्यांना गोळ्या घालून ठार करण्यात आले. घराघरांत घुसून मौल्यवान वस्तूंची प्रचंड प्रमाणात लूट करण्यात आली. घरेदारे पेटवून दिली. क्रौर्याचा कळस म्हणजे एका बंडवाल्या शिपायाला संगिनीने भोसकून धडधडत्या चितेच्या जाळावर धरून भाजून काढले.

ठिकठिकाणच्या उठावाच्या वार्ता रोहिलखंडाची राजधानी बरैली येथे धडकताच राजपूत व पठाणांचे वीर बाहू फुरफूरू लागले. रोहिल्यांचे राज्य जिंकून घेतल्यापासून इंग्रजांविषयी कमालीची चीड पठाणांच्या मनात होती.

अपमानाचा सूड घेण्याची संधीच ते पाहात होते. ३१ मे १८५७ रोजी शिपायांच्या छावणीत अचानक तोफ धडाडली. त्या पाठोपाठ अनेक बंदुकांमधून असंख्य गोळ्या सुटल्या. ६८ व्या पायदळाने ठरल्याप्रमाणे इंग्रज अधिकाऱ्यांवर एकाएकी हल्ले करून त्यांची घरे लुटली, आगी लावल्या. भयभीत झालेले इंग्रज अधिकारी नैनतालकडे पळून गेले. बरेली स्वतंत्र झाली... त्या पाठोपाठ शहाजहानपूर, मुरादाबाद, बूदान इत्यादी ठिकाणीही उठाव झाले आणि सारा रोहिलखंड स्वतंत्र झाला. जवळ जवळ अकरा महिने इंग्रजी सत्ता येथे नव्हती.

४ जून १८५७ रोजी झाशीच्या हिंदू पलटणींनी उठाव केला. क्रांतिकारक राणीच्या राजवाड्याबाहेर जमले. एकमुखाने घोषणा करू लागले, 'खुल्क खुदाका, मुल्क बादशहाका और अमल राणी लक्ष्मीबाईका!' राणीने पुढे येऊन बंडवाल्यांचे निशाण हाती घेतले. आपल्या सत्तेची द्वाही फिरवली आणि तख्तावर बसून झाशीचा कारभार ती पाहू लागली. तिने किल्ल्याची डागडुजी करून लढाईच्या दृष्टीने मोर्चेबंदी केली. शस्त्रांचे व दारूगोळ्याचे कारखाने उघडले. नवीन फौज तयार केली. १८५८ च्या मार्चमध्ये सर ह्यू रोज हा सेनापती झाशीवर चालून आला. आठ दिवस घनघोर युद्ध झाले. पराभूत होऊन शत्रूच्या हाती पडण्यापेक्षा बाहेर पडून लढा देणे श्रेयस्कर, असा निर्धार राणीने केला आणि विश्वासू सेनापती व निवडक सैनिक घेऊन तिने झाशीचा किल्ला सोडला. पाठीवर आपला मुलगा दामोदर याला बांधले आणि इंग्रजांना झुकांडी देत तिने क्रांतीचा रस्ता धरला. परंतु इंग्रजांची फौज तिच्या पाठीवरच होती. काल्पीहून ती ग्वाल्हेरकडे निघाली. क्रांतीची दुसरी आघाडी सेनापती तात्या टोपे हा लढवीत होता. राणीने ग्वाल्हेरचा किल्ला ताब्यात घ्यायचे ठरविले होते. ग्वाल्हेरला शिंद्यांचे राज्य होते. परंतु ते इंग्रजांच्या बाजूचे होते. राणीने इंग्रजांच्या फौजेशी मोठ्या शौर्याने लढा दिला. परंतु अखेरीस ग्वाल्हेर येथे रणांगणातच तिचा अंत झाला. राणीच्या मृत्यूनंतर तात्या टोपे याने काही दिवस एकाकीपणेच इंग्रजांशी लढा दिला. बिठूरला नानासाहेब पेशव्यांकडे क्रांतीच्या उठावाची जी खलबते झाली, त्यात तात्या टोपे होता. कानपूरच्या उठावात तात्याचाही हात होता. झाशीच्या वेढ्याच्या वेळी तात्या राणीच्या मदतीसाठी गेला होता. राणीने ग्वाल्हेरचा किल्ला ताब्यात घेण्याचा बेत ठरविला, त्यावेळी तिथल्या लढ्यात तात्याने अपूर्व शौर्य गाजविले, अखेरीस तात्याही इंग्रजांच्या हाती आला आणि इंग्रजांनी त्याला फाशी दिले.

१८५७ च्या बंडाचा बीमोड केल्यावर उत्तर प्रदेशाची बरीच मोडतोड

इंग्रजांनी केली. सागर आणि नर्मदा हे जिल्हे १८६१ साली या प्रांतातून वेगळे काढण्यात आले. दिल्ली शहर पंजाबमध्ये दाखल केले. १९०२ साली 'आग्रा आणि अवधचा संयुक्त प्रांत' असे या प्रांताचे नवीन नामकरण करण्यात आले. १९१९ साली या प्रांतावरी अधिकाऱ्याला गव्हर्नर म्हटले जाऊ लागले. १९३५ साली याच्या नावातील आग्रा आणि अवध ही नावे काढून टाकण्यात आली आणि हा प्रदेश 'संयुक्त प्रांत' या नावाने ओळखला जाऊ लागला. स्वातंत्र्यानंतर या प्रांताला 'उत्तर प्रदेश' असे नाव मिळाले.

१८५७ च्या क्रांतिनंतरही या प्रदेशाची क्रांतिकारी परंपरा कायम राहिली. याच प्रदेशातील इटावा जिल्ह्याचे कलेक्टर अे. ओ. ह्यूम यांनी भारतीय राष्ट्रीय काँग्रेसची स्थापना केली. १८८५मध्ये काँग्रेसच्या मुंबईत भरलेल्या बैठकीला उत्तर प्रदेशातील मान्यवर नेते पंडित मदनमोहन मालवीय आणि राजा रामपाल सिंह हे उपस्थित होते. स्वातंत्र्याच्या आंदोलनात उत्तर प्रदेशाने फार मोठा भाग घेतला. अनेक नेते तेथे उदयाला आले. त्यात पंडित मोतीलाल नेहरू, मौलाना महंमद अली, मौलाना शौकत अली, तेजबहाद्दूर सप्रू, सी. वाय्. चिंतामणी, पुरुषोत्तमदास टंडन, पंडित गोविंदवल्लभ पंत, गणेश शंकर विद्यार्थी, आचार्य नरेंद्र देव, रफी अहमद किडवाई, संपूर्णानंद, पंडित जवाहरलाल नेहरू, लालबहाददूर शास्त्री, डॉ. राममनोहर लोहिया इत्यादी नेते प्रमुख आहेत.

गांधीजींच्या असहकारितेच्या आणि कायदेभंगाच्या चळवळीतही उत्तर प्रदेशातील जनतेने मोठ्या प्रमाणावर भाग घेतला होता. सशस्त्र क्रांतिकारकांच्या आंदोलनाचे केंद्रही या प्रदेशात होते. काकोरी, मेरठ, मैनापुरी आणि बनारस येथील क्रांतिकारकांचे कट इतिहासप्रसिद्ध आहेत. हिंदुस्थान सोशलिस्ट रिपब्लिकन सेनेचे सेनापती चंद्रशेखर आझाद हे अलाहाबाद येथील एका पार्कमध्ये पोलिसांशी लढत असतानाच हुतात्मा झाले. सरदार भगतसिंह काही काळ कानपूर आणि आग्रा येथे राहत होता. राजा महेंद्र प्रताप, लाल हरदयाळ, पंडित परमानंद, बटुकेश्वर दत्त, विजयकुमार सिन्हा आणि राजकुमार सिन्हा इत्यादी क्रांतिकारक उत्तर प्रदेशातच होऊन गेले. काकोरीच्या कटामध्ये ज्यांना फाशीची शिक्षा झाली, त्यातील श्रीरामप्रसाद बिस्मिल, अशफाकुल्लाखाँ, रोशनसिंह आणि राजेंद्र लाहिडी हे हुतात्मे उत्तर प्रदेशातीलच होते. वाराणसीचे सचिंद्रनाथ सन्याल आणि मुकुंदी लाल या राष्ट्रभक्तांना दोन वेळा काळ्या पाण्याची शिक्षा झाली होती.

१९४२ च्या क्रांतीतही उत्तर प्रदेश आघाडीवर राहिला होता. बलिया, गाजीपूर, वाराणसी आणि अलाहाबाद ही तर चळवळीची प्रमुख केंद्रे बनली

पं. नेहरू **लाल बहादुरशास्त्री** **इंदिरा गांधी**

होती.

भारत स्वतंत्र झाल्यानंतर पंडित जवाहरलाल नेहरू, लाल बहाद्दूर शास्त्री आणि श्रीमती इंदिरा गांधी हे भारताचे तीनही पंतप्रधान भारताला उत्तर प्रदेशानेच दिले. माजी राष्ट्रपती झाकीर हुसेन आणि उपराष्ट्रपती गोपाल स्वरूप पाठक हे उत्तर प्रदेशातीलच होते. पीतांबदरदास, दीनदयाळ उपाध्याय आणि अटल बिहारी वाजपेयी हे जनसंघाचे तीनही अध्यक्ष उत्तर प्रदेशातीलच झाले.

उत्तर प्रदेशाचा राजकीय इतिहास असा भव्य, विस्तृत आहे.

★★★

३. लोक आणि लोकाचार

उत्तर प्रदेश हा भारतातील सर्वांत अधिक लोकसंख्या असलेला प्रदेश आहे. तेथील बहुसंख्य लोक मूळचे आर्यवंशीय आहेत. परंतु काळाच्या वाटचालीत त्यामध्ये बरेच मिश्रणही झालेले आहे. या राज्यातील अधिकांश लोक फार ठेंगणे नाहीत आणि पार उंच नाहीत, असे मध्यम शरीरयष्टीचे आहेत. पश्चिम-उत्तर प्रदेशामध्ये काही लोक उंच आहेत, तर तर पूर्व-उत्तर प्रदेशात बुटके आहेत. उत्तर प्रदेशातील सर्वसामान्य लोकांचे रूप आणि रंग हे उत्तर भारतामधील हरियाणा, बिहार आणि मध्यप्रदेशातील लोकांशी मिळतेजुळते आहेत. पूर्व-उत्तर प्रदेशातील लोक रंगाने थोडे सावळे आहेत. अनेक शतकांपासून येथे राहिलेले लोक आपल्या शारीरिक वैशिष्ट्यांमुळे सहज ओळखता येतात. देशाच्या फाळणीनंतर उत्तर प्रदेशात बरेच पंजाबी आणि बंगाली येऊन राहिले. फाळणीपूर्वीही देशातील आणि देशाबाहेरचे लोकही या राज्यात येऊन वसलेले आहेत. कित्येक शतकांपूर्वी पुष्कळसे अफगाणी लोक फरूखाबाद, बरेली आणि बदायुं या जिल्ह्यांमध्ये येऊन राहिलेले आहेत. त्यांच्यामुळे या विभागाला पूर्वी रोहिलखंड असे म्हणत असत. या राज्यात खत्री लोकांची संख्या पुष्कळ आहे आणि हे लोक कानपूर, लखनौ, आलाहाबाद, वाराणसी, आग्रा, मेरठ आणि बरेली अशा प्रमुख शहरांमधून राहतात. हे लोक ज्या प्रदेशातून आले, ते प्रदेश आता पश्चिम पाकिस्तानात आहे. परंतु हे लोक आता उत्तर प्रदेशातील सामाजिक आणि सांस्कृतिक जीवनात पार मिसळून गेलेले आहेत. पुष्कळसे बंगाली लोक वाराणसी, आलाहाबाद, कानपूर, लखनौ आणि वृंदावन या ठिकाणी कित्येक वर्षांपासून राहात आहेत. त्याचप्रमाणे झाशी, कानपूर, अलाहाबाद आणि वाराणसी या सारख्या मोठ्या शहरांमधून किती तरी महाराष्ट्रीय कुटुंबे कित्येक वर्षांपासून राहात आहेत. मथुरा, गोकुळ, वाराणसी आणि कानपूर येथे गुजराती परिवार पुष्कळ आढळतात,

तर तेलगू आणि तमिळ परिवार आलाहाबाद आणि वाराणसी या शहरांत पुष्कळ दिसतात.

अशा प्रकारे विविध प्रांतांतील लोक येथे येऊन राहिल्यामुळे उत्तर प्रदेशाला अखिल भारतीय रूप प्राप्त झालेले आहे. या राज्यात काश्मीरहून आलेले पुष्कळसे काश्मिरी परिवारही वसलेले आहेत. त्यातील काही तर केवळ उत्तर प्रदेशाचेच नव्हे, तर अखिल भारताचे नेते बनलेले आहेत. पंडित मोतीलाल नेहरू, जवाहरलाल नेहरू, डॉ. कैलासनाथ काटजू, तेजबहाद्दूर सप्रू, पंडित विशननारायण दल, सर सुंदरलाल , पंडित हृदयनाथ कुंझरू आणि वृजनारायण चकबस्त हे प्रसिद्ध काश्मिरी पुरुषच आहेत. गोस्वामी वल्लभाचार्य आणि गोस्वामी विठ्ठलनाथ यांच्यासारखे वैष्णव धर्माचे प्रचारक, पद्‌माकरासारखा महाकवी आणि सी. वाय्. चिंतामणीसारखा पत्रकार या दाक्षिणात्य प्रसिद्ध पुरुषांची कर्मभूमी उत्तर प्रदेश आहे. योगेश चटर्जी, सचींद्रनाथ बक्षी, सचींद्र सन्याल हे राष्ट्रभक्त आणि रामानंद चटर्जी आणि चिंतामणी घोष हे बंगाली पत्रकार येथे होऊन गेले. पंडित गोंविदवल्लभ पंत यांचे घराणे मूळचे महाराष्ट्रातील रत्नागिरी जिल्ह्यातील; परंतु कित्येक वर्षांपूर्वी हे उत्तर प्रदेशातील कुमाऊ भागात येऊन स्थायिक झाले आहेत.

अन्य प्रदेशांप्रमाणेच उत्तर प्रदेशातील हिंदू समाजामध्ये चातुर्वर्ण्याची प्रथा प्रतिष्ठित आहे. जाती आणि उपजाती शेकडोंनी आहेत. उच्चनीचतेची भावना, स्पर्शास्पर्श विचार, अंधश्रद्धा, जुन्या रूढींचे प्राबल्य या गोष्टी येथेही आहेत. परंतु असे असून देखील येथील लोकांत एकप्रकारची उदारता दिसून येते.

विविध प्रांतातील विविध वर्णांच्या लोकांप्रमाणे उत्तर प्रदेशात विविध धर्मांचे लोकही आहेत. बहुसंख्य लोक परंपरागत सनातन हिंदुधर्मांचे अभिमानी आहेत. बौद्ध आणि जैन धर्मांचे अनुयायी देखील येथे पुष्कळच आढळतात. इस्लाम धर्म येथे काही काळ राज्यकर्त्यांचाच धर्म होता. त्यामुळे या धर्माचे अनुयायी तसेच ख्रिश्चच धर्माचे अनुयायीदेखील या राज्यात पुष्कळच आहेत.

निरनिराळ्या भागांतील लोकांच्या राहणीत आणि खाण्यापिण्यात फरक दिसून येतो. गढवाली लोक मुख्यत: शेतीवर उपजीविका करतात. काहीजण मजुरीही करतात. लोक अत्यंत मागासलेले आहेत. मात्र ते श्रद्धाळू असून त्यांना शुद्धाचरण, तीर्थयात्रा, पापक्षालन, देवतांची पूजा या गोष्टी प्रिय असतात. त्यांची राहणी साधी असली तरी त्यांच्या स्त्रियांना मात्र दागिन्यांची खूप हौस असते. वसंत ऋतूत स्त्री-पुरुषांचे नृत्य होते. त्यावेळी हे लोक रंगीबेरंगी कपडे घालून सजतात. त्यांचे अनेक विवाहसंबंध या नृत्योत्सवात जुळून येतात. वधूची

निवड करताना कुरळे केस आणि मस्तकावरील चक्र ही शुभ चिन्हे समजतात. त्यांच्यात एकच स्त्री अनेक भावांची पत्नी होते. वरपक्षाला वधूसाठी बराच हुंडा द्यावा लागतो.

फरूखाबाद जिल्ह्यातील प्राचीन कान्यकुब्ज किंवा कन्नौज या गावचे रहिवासी कान्यकुब्ज ब्राह्मण हे इकडे प्रसिद्ध आहेत. यांना पूर्विया असेही म्हणतात. यांचे सखरिया, सनाढ्य, जीझोतिया, भूमिहार व कनोजिया खास असे पाच भेद आहेत.

कनोजी ब्राह्मणांची जातिविषयक घटना मोठी गुंतागुंतीची आहे. यासंबंधी 'काक सास उभा' असा यांचा संकेत आहे. का म्हणजे कात्यायन गोत्री, क म्हणजे कश्यप गोत्री, सा म्हणजे शांडिल्य गोत्री, स म्हणजे संस्कृती, उ म्हणजे उपमन्यू आणि भा म्हणजे भारद्वाज गोत्री ब्राह्मण असा या संकेतांचा अर्थ आहे. या मूळच्या सहा कुळांतील लोकच अस्सल कनोजी ब्राह्मण होत. यावरून यांना षट्कुल असे एक नाव मिळाले आहे. षट्कुल कनोजी ब्राह्मणांमध्ये विवाहाच्या काही विशिष्ट चाली आहेत. गोत्र भिन्न असल्यास पहिल्या बायकोच्या कुटुंबातील व्यक्तींबरोबर दुसऱ्या बायकोच्या मुलांना विवाह करता येतो. यांच्यात साटे-लोटे करण्याची पद्धत आहे. दोन पुरुषांचे परस्परांच्या बहिणीशी लग्न होते. मुलगी एकदा परगोत्रात गेली, की पुढे पाच पिढ्यांपर्यंत उभय कुटुंबांना परस्परांत विवाह करता येत नाही. षट्कुल पुरुषाला दुसरे लग्न करायचे झाल्यास त्याला पंचादरी नावाच्या कनिष्ठ जातीतील मुलीशीच ते करावे लागते. यांच्यांत पुनर्विवाहाची चाल नाही.

षट्कुलाखालोखाल पंचादरी व त्याच्याखाली धाकार अशा यांच्यांत जाती आहेत. याशिवाय षट्कुलात बलाकीशुक्ल नावाची एक प्रतिष्ठित जात आहे. हे लोक सुरापान करतात व छिन्नमस्ता देवीला भजतात. कनोजी ब्राह्मणांतील निरनिराळ्या पोटजातींचा सामाजिक दर्जा निरनिराळा असतो.

हे लोक आपल्या जातीच्या प्रथांचे काटेकोर पालन करतात. आपल्या जातीशिवाय अन्यजातीय लोकांकडे ते जेवत नाहीत. त्यामुळे यांच्या बाबतीत "आठ पर्विया, नऊ चुल्हे" अशी म्हणत पडली आहे. बहुतेक कनोजी ब्राह्मण शैव असून मांसाहार करतात.

हे ब्राह्मण उपाध्येगिरी, शेती, शिपाईगिरी, नोकरी इत्यादी धंदे करतात. हे लोक लढवय्ये म्हणूनही प्रसिद्ध आहेत.

उत्तर प्रदेशातील क्षत्रिय लोकांमध्ये सूर्यवंशी आणि चंद्रवंशी, त्याचप्रमाणे

ऋषिवंशी आणि अग्निवंशी परिवार आहेत. कच्छवाहा, चौहान, राठौड, तोमर, सेंगर, बिसेन, बैस, चंदेल, बुंदेला इत्यादी क्षत्रिय जाती मोठ्या प्रमाणावर या प्रदेशात आहेत. त्याचप्रमाणे वैश्य समाजात सर्वांत अधिक संख्या अग्रवालांची आहे. त्यांच्यानंतर खंडेवाल, जायसवाल, महेश्वर्य आणि गृहपती हे येतात. पूर्व आणि मध्य-उत्तर प्रदेशात कायस्थ लोकांची संख्या पुष्कळ आढळते. श्रीवास्तव, सक्सेना, अस्थाना, निगम, माथुर, कुलश्रेष्ठ इत्यादी कायस्थ परिवार प्रसिद्ध आहेत. पश्चिमेकडे जाट, गुजर आणि अहिर या जातींचे लोक पुष्कळ आहेत. तर दक्षिण आणि उत्तर प्रदेशातील अहिर उर्मि आणि लोधी जातीचे लोक पुष्कळ आहेत. ह्या लोकांचा मुख्य व्यवसाय शेती हाच आहे.

वेशभूषा

उत्तर प्रदेशातील निवासी त्यांच्या पोशाखावरून सहज ओळखता येतात. येथील ग्रामीण भागात, धोतर, कुडता आणि टोपी हा पुरुषाचा पोशाख असतो. काही शेतकरी साफा किंवा पगडीदेखील वापरतात. नवीन पिढीतील तरुण पायजमा आणि पँटदेखील वापरतात. सुशिक्षित लोक पाश्चिमात्य पद्धतीची वेशभूषा करतात. पूर्व भागातील महिला धोती वापरतात, तर पश्चिम आणि दक्षिण भागांतील महिला-विशेषत: मजुरी करणाऱ्या महिला लंगा वापरतात. श्रीमंत अथवा वरिष्ठ वर्गातील लोक रेशमी कपडे वापरतात; पण सर्वसाधारण लोक सुती कपडेच वापरतात.

खाणे-पिणे

पूर्व भागातील लोक भात आणि मासे यांचा आहारात उपयोग करतात, तर पश्चिम आणि दक्षिण भागांतील लोकांच्या आहारात गहू आणि हरभरे यांचा उपयोग अधिक केलेला असतो. दूध आणि त्यापासून बनवलेले पदार्थ सर्वत्र वापरतात. विविध तऱ्हेची मिठाई उत्तर प्रदेशात फार लोकप्रिय आहे. वाराणसी, मथुरा, हाथरस, खुर्जा, लखनौ इत्यादी ठिकाणची मिठाई खास प्रसिद्ध आहे. खुर्जा आणि हाथरस येथील तूप साऱ्या उत्तर भारतात प्रसिद्ध आहे. शाकाहारी आणि मांसाहारी असे दोन्ही प्रकारचे लोक या प्रदेशात आहेत. हर्षवर्धन राजाच्या कारकिर्दीत त्याने आपल्या राज्यात मासांहार वर्ज्य ठरविलेला होता. कन्नौज ही त्याची राजधानी होती. पश्चिम आणि दक्षिण प्रदेशांतील पुष्कळसे लोक अद्यापही शाकाहारी आहेत.

सण-समारंभ

भारतात अन्य प्रांतांत जसे सण-समारंभ, उत्सव, व्रते आहेत, तसेच ते

उत्तर प्रदेशातही आहेत. सण-समारंभ किंवा व्रत-वैकल्ये यांच्या मागे एक सांस्कृतिक व सर्वस्पर्शी शुभदृष्टी असते.

श्रावणी

श्रावण महिन्याच्या पौर्णिमेला ब्राह्मण लोकांत श्रावणीचा संस्कार केला जातो. या दिवशी यज्ञयाग करून विधीपूर्वक रक्षासूत्र धारण केले जाते. बहिणी आपल्या भावंना याच दिवशी राखी बांधतात आणि भाऊ बहिणींना पत्र-पुष्प भेट देतात. सद्भावनेचे हे प्रतीक असते. या दिवशी मंदिरांमधून कथा-कीर्तने होतात.

जन्माष्टमी

श्रावण वद्य अष्टमीला जन्माष्टमीचा उत्सव सर्वत्र साजरा होतो. उत्तर प्रदेश ही तर भगवान श्रीकृष्णाची जन्मभूमी. मथुरा, गोकुळ आणि वृंदावन या ठिकाणी कृष्णजन्माचा सोहळा अत्यंत थाटाने साजरा होतो. हजारो भक्त या वेळी तिथे जमतात. कृष्णलीलेवर आधारित कथा-कीर्तने मंदिरांमधून चालतात.

दशहरा

दशहरा म्हणजे दसरा. दसऱ्याच्या आधी नऊ दिवस देवीचे नवरात्र साजरे होते. बंगाली लोक दुर्गापूजेचा महोत्सव अत्यंत उत्साहाने व आनंदाने साजरा करतात. दशहऱ्याच्या दिवशी क्षत्रिय लोक शस्त्रपूजन करतात. इतर वर्गातील लोकही आपआपल्या व्यवसायाशी संबंधित अशा अवजारांची पूजा करतात. या वेळी गावोगाव रामलीलेचे प्रयोग चाललेले असतात. हजारो लोक त्याचा आनंद लुटतात. दशहऱ्याच्या सायंकाळी शोभेच्या दारूची बनवलेली रावणाची प्रचंड प्रतिकृती जाळतात. रावण-दहनाच्या या कार्यक्रमात सर्व लोक मोठ्या उत्साहाने सहभागी होतात.

दिवाळी

दिवाळीच्या पूर्वी घरे, दुकाने यांची सजावट करतात. रंगरंगोटी लावतात. धनत्रयोदशीपासून भाऊबीजेपर्यंत चार दिवस दिवाळीचा सण साजरा होतो. धनत्रयोदशीला धन्वंतरी जयंती साजरी केली जाते. या दिवशी नवी भांडी काही ठिकाणी खरेदी करतात. नर्कचतुर्दशीच्या दिवशी नरकासूर राक्षसाच्या वधानिमित्त आनंद मानला जातो. अमावस्येला लक्ष्मीपूजन होते. भाऊबीजेच्या दिवशी भाऊ बहिणीकडे जातात आणि तिला ओवाळणी घालतात. बहीण त्यांना सुख व आयुष्य चिंतिते. दिवाळीच्या दिवसांत सर्वत्र दिव्यांचा झगमगाट करण्यात येतो.

होळी

फाल्गुन पौर्णिमेला गावोगाव होलिका-दहन होते. होळीच्या आधीपासूनच,

माघ महिना संपताच गावोगावी हास, रास आणि लास सुरू होते. नाचणे, गाणे बजावणे यांची धमाल उडते. होळीनंतर काही दिवस हा आनंद चाललेला असतो. नाच-गाण्यांबरोबर यावेळी एकमेकांच्या अंगावर रंग उडवतात, गुलाल टाकतात.

या मुख्य सणांव्यतिरिक्त चैत्र महिन्यात रामनवमी, ज्येष्ठात जेष्ठी दशहरा, वटसावित्री, श्रावणात हरियाल तीज, कार्तिकात कार्तिक पौर्णिमा, मार्गशीर्षात गीताजयंती, पौषात धनुसंक्राती, माघात महाशिवरात्री, वसंतपंचमी इत्यादी कितीतरी सण-समारंभ वर्षभर साजरे केले जातात.

जत्रा-यात्रा

उत्तर प्रदेशात अने तीर्थस्थाने असल्यामुळे जत्रा-यात्राही सतत चालू असतात. अलाहाबाद, हरिद्वार आणि वृंदावन येथे कुंभ आणि अर्धकुंभ मेळे क्रमश: बारा आणि सहा वर्षांनी प्रचंड प्रमाणावर भरतात. या वेळी भारतातील सर्व भागांतून संन्यासी आणि भक्त तेथे येतात आणि गंगा-यमुनेच्या स्नानाने पुनीत होतात. अलाहाबाद येथे दरवर्षी माघ महिन्यात माघमेळा भरतो. यावेळी हजारो यात्रिक येथे येतात आणि काही तर महिनाभर गंगा-यमुनेच्या संगमाकाठी कल्पवास करतात. मथुरा आणि वृंदावन येथील झुले प्रसिद्ध आहेत. यावेळी

सोन्या-चांदीच्या झुल्यांवर देवांच्या मूर्ती ठेवून सजवतात. अयोध्येचाही झूलामेळा प्रसिद्ध आहे. कार्तिकातील गंगास्नान महत्त्वाचे मानतात. यावेळी गढमुक्तेश्वर, सोरो, राजघाट, बिठूर, कानपूर, अलाहाबाद, वाराणसी आणि हरिद्वार येथे मोठमोठ्या यात्रा भरतात. यावेळी यमुनास्नानानेही महत्त्व असून मथुरा, बटेश्वर, आणि पंचनदा येथे यासाठी यात्रा भरते. आग्रा जिल्ह्यातील बटेश्वर येथे दरवर्षी पशुमेळा भरतो. उत्तर प्रदेशातील हा अत्यंत प्रसिद्ध असा पशुमेळा भरतो. बस्ती जिल्ह्यातील मगहर येथे एकाच ठिकाणी कबीराची समाधी आणि कबर आहे. येथेही मोठी जत्रा भरते. मेरठ येथे मार्च महिन्यात नौचंडीचा मोठा मेळा भरतो. हिंदू आणि मुसलमान दोन्ही धर्मातील लोक यावेळी येतात. यावेळी फार मोठा बाजार तेथे भरतो. रोज रात्री मुशायरे आणि कव्वालीचे कार्यक्रम चालतात. याशिवाय जिल्ह्या-जिल्ह्यांतून आणि गावा-गावांतून स्थानिक स्वरूपाच्या जत्रा-यात्रा पुष्कळच भरतात. यामुळे लोकजीवनात एक प्रकारचा आनंद आणि उत्साह निर्माण होतो.

★★★

४. भाषा आणि साहित्य

उत्तर प्रदेशाची राज्यभाषा हिंदी आहे. नुकताच उर्दूलाही या प्रदेशात राज्यभाषेचा दर्जा देण्यात आला आहे. आधुनिक साहित्य हिंदी आणि उर्दू या दोन्ही भाषांत जरी असले तरी प्राचीन साहित्य संस्कृत, पाली, अपभ्रंश इत्यादी तत्कालीन भाषांमधून उपलब्ध आहे. ब्राह्मणे, अरण्यके, उपनिषदे आणि स्मृती आदी साहित्य या प्रदेशात निर्माण झाले, अशी लोकभावना आहे. आदिकवी वाल्मिकी आणि व्यास हे याच प्रदेशात होऊन गेले. अशीही लोकश्रद्धा आहे. विठूरजवळील काल्पी या ठिकाणी वाल्मिकी ऋषींचा आश्रम होता, असे सांगण्यात येते. महर्षी व्यासांनी उत्तर प्रदेशातील नदीतटावर वसती करून महाभारत, श्रीमद्‌भागवत आणि पुराणांची रचना केली, असे मानले जाते. गोमती नदीच्या तीरावरील प्रदेश नैमिषारण्य म्हणून प्राचीन काळी प्रसिद्ध होता. नैमिषारण्यात अनेक ऋषिमुनींचा रहिवास होता. त्यांनी या भूमीत श्रेष्ठ दर्जाच्या साहित्यिक रचना निर्माण केल्या.

प्रसिद्ध बौद्ध लेखक आचार्य अश्वघोष हा उत्तर प्रदेशातील अयोध्या नगरीत होऊन गेला. याने रचलेल्या जातक-कथा जगप्रसिद् आहेत. असंग आणि वसुबंधु नावाचे अन्य बौद्ध आचार्य जन्माने पेशावरचे असले तरी त्यांनी या प्रदेशातील कौशांबी हीच आपली कर्मभूमी मानली होती. सियालकोटचा ग्रीक राजा मिनांडर याला ज्याने बौद्ध धर्माची दीक्षा दिली, तो आचार्य नागसेन हा प्रसिद्ध बौद्ध भिक्षू उत्तर प्रदेशातील कुरूजांगल येथील रहिवासी होता. नागसेन आणि मनांडर यांच्यातील धर्मचर्चा 'मिलिंद पहन' या नावाने प्रसिद्ध आहे. मिनांडरचाच पुढे मिलिंद झाला होता. भवभूती हा कन्नौज येथील यशोवर्मन राजाच्या दरबारात राहत होता. राजशेखर कवी हा महिपाल आणि महिंद्रपाल यांच्या दरबारी होता. संस्कृत विद्वान आणि कवीमधील अग्रगण्य असा पंडिराज

जगन्नाथ हा वाराणसीचा होता. त्याने लिहिलेले 'गंगालहरी' हे काव्य सुप्रसिद्ध आहे.

हिंदी ही आर्यभाषा परिवारातील एक भाषा असून तिचा विकासकाल इ.स. १००० च्या जवळपास मानला जातो. हिंदी हा शब्दप्रयोग भाषेच्या संदर्भात उत्तर भारतामध्ये व्यापक अर्थाने करण्यात येतो. बिहारची भोजपुरी, मगधी, मैथिली, राजस्थानची मारवाडी, मेवाती इत्यादी आणि बघेली, छत्तीसगढी, पहाडी, ब्रज, अवधी इत्यादी बोलीभाषाही हिंदी या शब्दांच्या अंतर्गत मानण्यात येतात. भारतात हिंदी भाषा बोलणाऱ्यांची संख्या सुमारे बारा ते तेरा कोटी आहे. हिंदी भाषेचे, भाषा शास्त्रांच्या दृष्टीने मुख्यत: दोन भाग केले जातात. ते म्हणजे पश्चिमी हिंदी आणि पूर्वी हिंदी. पश्चिमी हिंदीच्या अंतर्गत खडी बोली, बाँगरू, ब्रज, कन्नौजी आणि बुंदेली अशा पाच बोली येतात आणि पूर्वी हिंदीच्या अंतर्गत अवधी, बधेली आणि छत्तीसगढी अशा तीन बोली येतात. अलमोडा-नैनीताल या प्रदेशातील बोलीला कुमाऊँनी आणि गढवाल प्रदेश व मसुरीच्या आसपासचा भाग यातील बोलीला गढवाली असे म्हणतात.

खडी बोली ही आपल्या मूळ स्वरूपात रामपूर, मुरादाबाद, बिजनौर, मेरठ, मुजफ्फरनगर, सहारनरपूर, डेहराडून, अंबाला आणि कसलिया इत्यादी भागात लोकांच्या तोंडी आढळते. मुसलमानी राजवटीच्या निकटच्या प्रभावामुळे ग्रामीण भागातील खडी बोलीत अरबी आणि फारसी भाषेतील काही शब्दही आढळतात. खडी बोली बोलणाऱ्या लोकांची संख्या सुमारे पंचावन्न लाख आहे. ही खडी बोलीच आधुनिक साहित्यिक हिंदी, उर्दू आणि हिंदुस्थानी या भाषांचा मूलाधार आहे. जेव्हा संस्कृतप्रचुरता असते, तेव्हा खडी बोलीला हिंदी किंवा खडी बोली असे म्हटले जाते. ती देवनागरी लिपीमध्ये लिहलि जाते, राष्ट्रभाषा म्हणून हिलाच मान्यता मिळालेली आहे. जेव्हा अरबी आणि फारसीचे प्राचुर्य आढळते आणि फारसी लिपीत लिहिली जाते, तेव्हा तिला उर्दू म्हटले जाते. उर्दू या शब्दाचा अर्थ आहे बाजार. प्रारंभी उर्दू ही बाजारी भाषा होती. खडीबोलीचे आणखी एक रूप आहे आणि ते म्हणजे हिंदुस्थानी. हे नाव युरोपियन लोकांनी ठेवलेले आहे. आधुनिक साहित्यिक हिंदी अथवा उर्दू या भाषांचे व्यवहारातील परिमार्जित रूप म्हणजे हिंदुस्थानी होय. हिंदुस्थानीत देशी, विदेशी सर्व प्रकारचे प्रचलित शब्द आढळतात. परंतु व्यवहारामध्ये हिंदुस्थानीचा कल उर्दूकडे अधिक असलेला दिसतो. सर्वसामान्य लोकांमध्ये हिंदुस्थानीचा उपयोग फार कमी प्रमाणात केलेला आढळतो. बहुतेक लेक आपआपल्या प्रादेशिक बोलीतूनच व्यवहार

गढवाली चित्रशैली

करतात. ब्रज, अवधी, कनौजी, गढवाली इत्यादी भाषा ते वापरतात.

ब्रजमंडलात ब्रज भाशा बोलली जाते. मथुरा, आग्रा, अलिगड आणि धौलपूर या भागात ही शुद्ध स्वरूपात आढळते. खडी बोलीला साहित्यिक मान्यता मिळण्यापूर्वी ब्रज भाषा हीच प्रमुख साहित्यिक भाषा होती. गोकुळात वल्लभ संप्रदायाची स्थापना झाली आणि तेव्हापासून ब्रज भाषेला साहित्यिक दर्जा प्राप्त झाला. शौरसेनी भाषेतून ब्रज भाषा विकसित झाली, असे मानतात. ब्रज भाषेचे अभिमानी तिच्यातून खडी बोली निर्माण झाली, असे सांगतात. तर खडी बोलीचे अभिमानी खडीचे प्राचीनतम रूप गोरखनाथ व सिद्ध यांच्या भाषेत दिसते, असे सांगतात. गोरख उपनिषद हे त्यांच्या मते ब्रज भाषेचे नसून खडी भाषेचे प्राचीनतम रूप आहे. वस्तुत: खडी व ब्रज या दोन्ही भाषा जोडीनेच विकसित झाल्या, पण ब्रज भाषा ही अनेक कवींनी आपल्या काव्याची भाषा केल्याने काव्यक्षेत्रात ब्रज भाषेचा विकास झाला आणि खडी ही बोलीच्याच स्वरूपात लोकांत प्रसार पावली.

संत सूरदास हा ब्रज भाषेचा सर्वश्रेष्ठ कवी होय. कृष्णा कवींच्यामध्ये सूरदासाचे स्थान फार श्रेष्ठ मानले जाते. वल्लभाचार्यांच्या आज्ञेनुसार सूरदासाने

श्रीमद्भागवताची कथा पद्यात गायली आहे. त्याच्या पदांचा 'सूरसागर' नावाचा ग्रंथ ब्रज भाषेतच आहे. भागवताच्या दशमस्कंधावरच यातील पदे आधारलेली आहेत. सूरदासाची ही रचना अतिशय मधुर आणि विविध प्रकारच्या काव्यसौंदर्याने भरलेली आहे. सूरदासाच्या पूर्वी विष्णुदास छतरूमल, मानिक, ठक्करसी, थेघनाथ, धर्मदास, छहिल, सहजसुंदर इत्यादी अनेक कवींनी ब्रज भाषेत काव्यरचना केलेली आहे. हरिव्यास, परशुराम, नरहरिभट्ट, मीरा हे ब्रज भाषेचे कवीही सूरदासपूर्व आहेत. प्रद्युम्नचरित, हरिश्चंद्र पुराण, लक्ष्मणसेन-पद्मावती कथा, डुंगरबावनी, चिताईवार्ता इत्यादी ब्रज भाषेतल्या काव्यरचना सूरदासाच्या पूर्वी झालेल्या आहेत. पण त्या काळी या भाषेला ब्रज भाषा असे नाव मात्र मिळाले नव्हते. त्या नावाचा उपयोग अठराव्या शतकात भिखारीदास, कुलपती मिश्र व धनानंद या कवींनी केला. त्यापूर्वी तिला प्रदेशपरत्वे टिंगल, मध्यदेशी, ग्वालिअरी, अंतर्वेदी, भाखा इत्यादी नावे होती.

अकराव्या शतकापासून हळूहळू वाढत जाणारी ब्रज भाषा सोळाव्या शतकापर्यंत मध्यप्रदेशाची भाषा म्हणून प्रतिष्ठित झाली. साहित्यिक भाषेच्या रूपात तिच्या प्रतिष्ठेला सोळाव्या शतकात प्रारंभ झाला. १५१९ मध्ये गोवर्धन पर्वतावर श्रीनाथजींचे मंदिर निर्माण झाले आणि वल्लभाचार्यांनी श्रीनाथाच्या समोर नियमित रूपाने कीर्तन करण्याचा संकल्प केला. या कार्यासाठी त्यांनी कवी आणि गायक शोधून ब्रजमंडलात आणले आणि त्यांना आश्रय व प्रोत्साहन दिले. त्यामुळे सूरदास व नंददास हे श्रेष्ठ लोकप्रिय कवी वल्लभचार्यांच्या पुष्टिमार्गाशी संबंधित झाले. त्यांनी ब्रजमंडलातल्या स्थानिक बोलीत

कबीर

भारतेन्दु

राधाकृष्ण, वृंदावन, यमुनातीर इत्यादी विषयांवर गीते लिहिली आणि गायिली. त्यांनी एक सामन्य बोली साहित्यिक भाषेच्या रूपात समर्थपणे विकसित केली.

नंददास हा कवी अष्टछाप कवींमधील दुसरा कवी म्हणून प्रसिद्ध होता. नंददासाने आपल्या ग्रंथात वल्लभाचार्यांच्या सिद्धान्ताचे शास्त्रीय पद्धतीने प्रतिपादन केलेले आहे. नंददासाने अनेक ग्रंथ लिहिलेत. त्यांत 'अनेकार्थ मंजरी', 'नाममाला', 'नाममंजरी', 'रास पंचाध्यायी', 'भँवर गीत' हे फार प्रसिद्ध आहेत. नंददासाच्या रचनेत माधुर्य आणि प्रसाद, पदयोजना, अलंकार, भाषाप्रवाह, चित्रशक्ती इत्यादींच्या अनुपम छटा आढळतात. रेशमावर मोती लटकावेत, असे त्याचे असतात. त्याच्या भाषाशैली बद्दल असे म्हटले जाते. की 'और कवी गढीया, नंददास जडीया.' त्याची 'रासपंचाद्यायी' हिंदीमधील 'गीत गोविंद' मानली जाते.

अष्टछाप कवींपैकी विठ्ठलनाथ, गोकुलनाथ इत्यादींच्या प्रभावाने अनेक कृष्णभक्त कवी ब्रजमंडलाकडे आकृष्ट झाले. त्यांनीही ब्रज भाषेच्या आश्रयाने कृष्णकाव्यात भर घातली. सतरा आणि अठरा या शतकांत काव्याला जणू भरतीच आलेली होती. त्याचा परिणाम असा झाला, की ब्रज भाषा ही केवळ ब्रजमंडलाची भाषा न राहता ती समस्त हिंदी प्रदेशाची एक प्रमुख साहित्यिक भाषा बनली. या दोन शतकांतले हिंदी रीतिसाहित्यही ब्रज भाषेतच लिहिले गेले. विसाव्या शतकात मात्र तिचा प्रभाव हळूहळू कमी होत गेला आणि पंरपराही क्षीण झाल्या.

ब्रज भाषेतल्या काव्याचे दोन भाग पडतात. एक मुख्यत्वे भक्तिसाहित्य आणि दुसरे लोकसाहित्य. भक्तिसाहित्यात कृष्णकाव्य किंबहुना ब्रज भाषा म्हणजेच कृष्णकाव्य असे मानले जाते आणि त्याचे चार मोठे श्रेय सूरदासाला आहे. त्याच्या काव्याचा हा एक नमुना-

हरि जू की बाल छबि कहौं बरनि
सकल सुखकी सींव : कोटी मनोज सोभा,
हरनि
मंजु मेचक मृदुल तनु । अनुहरत भूषन भरनि
मनहूँ सुभग सिंगार सुरतरू फरयो है
अदभूत फरनि ।

भावार्थ - 'श्रीकृष्णाच्या बालछबीचे काय वर्णन करावे. ती छबी सकल सुखाची सीमा आहे. कोटी मदनांची शोभा तिच्यापुढे फिक्की आहे. कृष्णाची मृदुल तनू आणि त्यावर अलंकारांची शोभा. त्याला पाहून असे वाटते, की सुभग शृंगाराचा कल्पतरूच बहरला आहे.'

ब्रज लोकसाहित्यामध्ये सण, व्रते, यात्रा, ऋतू, जन्म, विवाह इत्यादी विषयांवर बरेच साहित्य आहे. 'रसिया गीते' हे ब्रज संस्कृतीचे वैशिष्ट्ये आहे. त्या गीतांत लोकजीवनाचे प्रतिबिंब उमटलेले दिसते.

हास्य-विनोद, सुख-दुःख, विरह, कारुण्य इत्यादी भावभावना त्यात आढळतात. समाजातील दुष्ट रूढी तसेच कुटुंबातील माणसाच्या बऱ्या वाईट वर्तनावर रसिया गीतांतून कोणाला न बोचेल अशा प्रकारे मार्मिक टीका केलेली असते. हे रसिया साहित्य ब्रज लोकांत अत्यंत प्रिय असून त्याला मोठी दीर्घ परंपरा आहे. परिस्थित्यनुरूप या साहित्याचे रंगही बदलताना दिसतात. रसिया गीते आकाराने छोटी असतात आ त्यामुळे ती सहजपणे कंठस्थ करता येतात. रसिया गीताप्रमाणेच 'नारायण गीते' नावाचा एक गीतप्रकार ब्रजमंडलात प्राचीन कालापासून परंपरेने चालत आला आहे. या नारायण गीतांपासून पुढे ध्रुपद गायकीचा विकास झाला, असे म्हणतात.

कन्नौजी ही बोली ब्रज भाषेशी बरीच मिळतीजुळती आहे आणि ब्रज भाषा व अवधी यांच्या मधल्या प्रदेशात ही बोलली जाते. कन्नौजी भाषेचे केंद्र फरूखाबाद आहे. परंतु फरदोही, शाहजहांपूर, पीलीभीत, पितावा, कानपूर आणि कानपूरच्या आसपासचा प्रदेश या भागात कन्नौजी भाषेचा वापर करताना आढळतात. सुमारे पंचेचाळीस लाख लोक ही भाषा बोलतात.

अवधी भाषेला कोशली आणि बैसवाडी असेही म्हणतात. अवध प्रदेशात बोलली जाणारी भाषा किंवा बोली असा अवधीचा अर्थ आहे. हिंदीच्या प्रादेशिक बोलीत अवधीला प्रमुख स्थान आहे. सुमारे दीड कोटी लोक ही भाषा बोलतात.

पूरबी आणि पश्चिमी अशी अवधीची दोन रूपे आहेत. पूरबीला शुद्ध अवधी असेही म्हणतात. हिचे सुंदर रूप जायसीच्या काव्यात आणि पश्चिमेचे उत्कृष्ट रूप तुलसीदासाच्या काव्यात आढळते. तुलसीदास व जायसी यांची काव्यप्रतिभा याच भाषेतून प्रकट झालेली आहे. अवध हे हिचे मूळ क्षेत्र असले तरी तिचा प्रसार मात्र हिंदी भाषिक विभागात सर्वत्र आहे. लखनौ, उन्नाव, रायबरेली, सीतापूर, बाराबंकी, सुलतानपूर, प्रतापगढ, फैजाबाद, लखीनूर, खिरी इत्यादी जिल्ह्यांत ही भाषा बोलली जाते. बिहारमधील मुसलमान हीच बोली बोलतात. याशिवाय उत्तरखंडात दक्षिणेस म्हणजे गंगा ओलांडून प्रयाग, विजापूर, जौलपूर इत्यादी जिल्ह्यांच्या तहसिलीत अवधी बोली प्रचलित आहे.

अवध प्रदेशाची वीरपरंपरा प्रसिद्ध आहे. इ.स. ११७४ मधील 'आल्हखंड' हे अवधीचे पहिले उपलब्ध वीरकाव्य आहे. जगनिक नावाच्या कवीने हे रचलेलेआहे. आल्हा-ऊदलांच्या कथेशी या काव्याचा संबंध आहे. या काव्याने अनेकांना शौर्याची आणि पराक्रमाची प्रेरणा दिली आहे. अवध प्रदेशात तुलसीदासांच्या रामचरितमानसानंतर या काव्यालाच सर्वाधिक लोकप्रियता लाभली आहे. ब्रज भाषेत ज्याप्रमाणे कृष्णकाव्याची रचना झाली. त्याचप्रमाणे अवधी भाषेत राम काव्याची आणि प्रेम करण्याची रचना झाली. बहुतेक रामभक्त कवी अवध प्रदेशातील होते. संतकवीत अवघी भाषेच्या द्वारे काव्यनिर्मिती करणाऱ्यात मसुकदासाचे नाव सर्वप्रथम घ्यावे लागेल. 'रामअवतारलीला', 'ज्ञानबोध', 'सुखसागर' इत्यादी ग्रंथ याने लिहिले. मथुरादास हा मलुकदासाचा शिष्य होता. सोळाव्या शतकाच्या अखेरीस हा झाला. यानेही अवधीत काव्यरचना केली आहे. प्रेमकाव्यांची भाषा प्रामुख्याने अवधीत झाली आहे. सूफी कवींनी याच भाषेत आपली प्रेमाख्याने रचली आहेत. सूफी

तुलसीदास

आख्यानकाव्याची परंपरा हिंदू व मुसलमान दोघांनीही आत्मसात केली व पुढे चालविली. चौदाव्या शतकात रामानंद हा थोर कवी होऊन गेला. यानं रामभक्तीचा प्रसार केला.

त्यानंतर १५३२ ते १६२३ या कालावधीत रामसाहित्याचा सर्वश्रेष्ठ कवी गोस्वामी तुलसीदास झाला. अवघी भाषेत तुलसीदासाने लिहिलेला 'रामचरितमानस' हा ग्रंथ सर्व उत्तर भारतात धर्मग्रंथ म्हणूनच मान्यता पावलेला आहे. तुलसीदासाच्या काव्यात त्याच्या उत्तुंग प्रतिभेचे सुंदर आणि भव्य दर्शन होते. काव्यरचनेतील त्याचे कौशल्य, माधुर्य, प्रसाद, प्रगल्भता, मनोविकारांचे चित्रण, जनमानसाचे व्यापक आणि यथार्थ ज्ञान इत्यादी गुणांनी तुलसीदासाचे साहित्य अद्वितीय आहे. तुलसीदास व्यवहाराच्या क्षेत्रात वर्णाश्रमव्यवस्थेचा कट्टा पुरस्कर्ता होता. परंतु उपासनेच्या क्षेत्रात तो जातिभेद मानीत नव्हता. तो स्वत:ला घोरपतित मानून ईश्वरार्पण समजत असे. भक्ती हेच त्याच्या जीवनाचे अंतिम ध्येय होते. तुलसीरामायणाला जनमानसात अपूर्व असे स्थान लाभले. आजही तुलसीरामायण अनेकांच्या पाठांतरात आहे.

अवधी भाषेत गद्य-पद्य स्वरूपात लोकसाहित्यही विपुल आहे. 'चनैनी' आणि 'घिरवा' नावाची महाकाव्ये या भाषेत आहेत. याशिवाय अनेक तऱ्हेची विविध प्रसंगी म्हणण्याची गीते आहेत. या गीतांमधून अवध प्रदेशाच्या सामाजिक व आर्थिक परिस्थितीचे वर्णन आढळते.

भारतात मुसलमानी सत्ता जसजशी दृढ होऊ लागली, तसतसा तिचा प्रभाव तिथल्या जीवनावर आणि साहित्यावरही पडू लागला. मुसलमानांमध्ये सूफी संत हे मोठे उदार विचारांचे होते. प्रेम हाच परमेश्वरप्राप्तीचा मार्ग आहे. असे ते प्रतिपादन करीत असत. जनश्रुतीमध्ये प्रचलित असलेल्या लोककथा सूफी संतांनी पद्यामध्ये लिहिल्या. साहित्याची ही शाखा 'प्रेमकाव्य' या नावाने प्रसिद्ध आहे. या पंरपरेत पुष्कळ साहित्यनिर्मिती झालेली असून त्यापैकी 'मधुमालती' 'मृगावती', 'ढोलमारू', 'हीर रांझा' इत्यादी प्रेमकहाण्या आजही तितक्याच लोकप्रिय आहेत.

मलिक मुहंमद जायसी या नावाचा सूफी कवी पंधराव्या शतकात होऊन गेला. याचा जन्म गाजीपूर येथे एका गरीब कुटुंबात झाला होता. जायसीने 'पद्मावत' नावाचे एक प्रदीर्घ प्रेमकाव्य लिहिलेले आहे. अवधी भाषेत लिहिलेले हे काव्य चितोडची राणी पद्मिनी हिच्या जीवनावर आधारलेले आहे. जायसी कवीने 'अखरावट', 'आखीरी कलाम', 'पोस्तीनामाज आणि 'नैनावत' ही आणखी

काही काव्ये रचली आहेत. अखरावट काव्याचे वैशिष्ट्य असे की, वर्णमालेतील प्रत्येक अक्षर घेऊन त्यावर त्याने तत्त्वप्रधान अशी काव्यरचना केली आहे. या लहानशा काव्यात ईश्वर, सृष्टी, जीव इत्यादी विषय त्याने चर्चिले आहेत. जायसीची भाषा अत्यंत साधी आणि मधुर आहे. हा धर्मजिज्ञासू आणि समन्वयी वृत्तीचा असल्यामुळे त्याचा अनेक धार्मिक पंथांशी संबंध आला होता. विशेषत: नाथ पंथाचा प्रभाव त्याच्या काव्यावर स्पष्ट दिसतो.

कबीर हा उत्तरप्रदेशातील विख्यात असा संतकवी. हिंदू, मुसलमान अशा तऱ्हेचे भेद याच्याजवळ नव्हते. खरा हिंदू आणि खरा मुसलमान कोण हे सांगताना कबीर म्हणतो-

सो हिंदू सो मुसलमान
जाका दुरूस रहे ईमान,
सो ब्राह्मण जो कथै ब्रह्म
काजी सो जाने रहमान ।

कबीर हा ज्ञानी आणि भक्त होता. कबीर काशी येथे राहत होता आणि तो पेशाने विणकर होता. तो धर्माने मुसलमान होता; पण रामाचा उपासक होता. हिंदूच्या उच्चतम आध्यात्मिक विचारांचा प्रसार याने आपल्या काव्यातून केलेला आहे. कबीराने रूढ अर्थाने शिक्षण घेतलेले नसावे. एके ठिकाणी त्यानेच म्हटले आहे की-

मसि कागद छूयो नहीं
कलम गह्यो नहीं हाथ ।

अर्थ - मला कागद आणि शाई यांचा स्पर्श झाला नाही व मी कलमही हातात धरले नाही.

कबीर स्वामी रामानंद यांना आपला गुरू मानत असे. कबीर सर्व जीवमात्रांवर दयाभाव ठेवीत असे आणि प्रेम करीत असे. त्याने म्हटलेच आहे-

पोथी पढ-पढ जग मुआ, पंडित भया न कोय ।
ढाई अच्छर प्रेम का पढे सो पंडित होय ।।

कबीराने आपले सारे विचार अत्यंत साध्या आणि सरळ भाषेत मांडलेले आहेत. त्याच्या भाषेत भोजपुरी, राजसनी, पंजाबी, अरबी आणि फारसी यांचे मजेदार मिश्रण आढळते. कबीराची भाषा प्रभावशाली असून गहनगूढ असा विचारही कबीर अत्यंत सोप्या पद्धतीने सुलभ भाषेत सांगतो. त्यामुळे त्याचा सामान्य माणसाच्या मनावर चटकन परिणाम होतो. भाषेप्रमाणेच त्याने निरनिराळ्या

धर्मांतील उत्तमोत्तम विचारांचे सार ग्रहण केले होते. त्याने रचलेल्या दोह्यांमधून आणि पदांमधून वेद, उपनिषदे यांतील विचार आहेत. तसेच बौद्ध आणि इस्लाममधील सूफी संप्रदायाचेही विचार ओहत. त्याने आपला धर्म 'सहज धर्म' म्हणून सांगितलेला आहे. त्याने 'सहज धर्माची' दीक्षा त्या काळी दिली. त्याला त्याच्या हयातीतच अनेक अनुयायी लाभले होते. त्यांनीच पुढे कबिराच्या पश्चात 'कबीरबानी' या नावाने कबीराच्या पदांचा संग्रह करून त्याच्या विचारांचा आणि सिद्धांतांचा प्रचार करण्यासाठी निरनिराळे पंथ स्थापन केले होते.

आयुष्याच्या अखेरच्या काळी कबीर काशीहून गोरखपूरजवळील मगहर नावाच्या गावी गेला होता. लोकांची अशी श्रद्धा आहे, की काशीत मृत्यू पावणाऱ्याला मुक्ती मिळते आणि मगहरमध्ये मृत्यू पावणाऱ्याला नरक मिळतो. असल्या खोट्या आणि अंध विश्वासाविरुद्ध कबीराने आपल्या काव्यातून कोरडे ओढलेले आहेत. ढोंग आणि धर्मांधता याविरुद्ध कबीराने सततच दोन हात केले आहेत. म्हणूनच जाणूनबुजून तो काशीहून मगहर येथे आला आणि मगहर येथे १५१८ मध्ये त्याचा मृत्य झाला. त्याच्या मृत्यूनंतर हिंदू आणि मुसलमान या दोघांत झगडा उत्पन्न झाला. हिंदूचे म्हणणे असे, की कबीर हिंदू असल्यामुळे त्याच्या देहाला अग्निसंस्कार करून आम्ही त्याची समाधी बांधू, तर मुसलमान त्याला मुसलमान म्हणून त्याचे दफन करून कबर बांधू, असे म्हणत होते. बराच वाद झाला, पण निर्णय होईना. शेवटी असे म्हणतात, की कबिराच्या शवावरील कपडा जेव्हा काढला, तेव्हा तिथे त्याचा मृत देह नव्हता, तर केवळ फुलेच होती. त्यातील अर्धी फुले मुसलमानांनी घेतली आणि त्यावर कबर बनवली आणि अर्धी फुले हिंदूंनी घेतली आणि त्यावर समाधी बांधली. हिंदू आणि मुसलमान या दोन्ही धर्मांतही कबिराचे अनुयायी आहेत.

कबीराने आपल्या कार्याने आणि काव्याने त्या काळी सर्व लोकांना खऱ्या मानवधर्माचा मार्ग दाखवला. आजही कबिराचे दोहे उत्तर भारतातील या नावाचा कबीराच्या काव्याचा ग्रंथ फार प्रसिद्ध आहे.

अमीर खुसरो या नावाचा एक प्रसिद्ध कवी १२५५ मध्ये एटा जिल्ह्यातील पटियाली या गावी होऊन गेला. बारा वर्षांचा असतानाच याने काव्यलेखन सुरू केले. याने बोली भाषेत अनेक तऱ्हेची गीते, उखाणे इत्यादी लिहिले आहेत. याने फारसी भाषेतही रचना केली असून सुमारे ९९ पुस्तके लिहिली आहेत.

अल्लाउद्दीन खिलजीने याला 'खुसरवे-शोअरा' म्हणजे कविसम्राट अशी पदवी दिलेली होती. त्याने त्या काळी ज्या हिंदी भाषेत रचना केली, तेच हिंदीचे

रूप आज खडी बोली म्हणून प्रसिद्ध आहे. खुसरोला आधुनिक हिंदीचा पहिला कवी असे मानले जाते.

मध्ययुगात रसखान, देव, गंग, पद्माकर, भूषण, मतिराम इत्यादी अनेक प्रसिद्ध कवी झाले. बनारसीदास जेन यांनी हिंदीत पहिले आत्मचरित्र लिहिले. गोरखनाथ आणि स्वयंभू यांच्यापासून ते आत्तापर्यंत उत्तर प्रदेशात हिंदीचे अनेक महान लेखक झाले.

इंग्रजी सत्ता आल्यावर देशाची आणि लोकांची दुर्दशा पाहून देशात देशभक्तीची आणि स्वांतत्र्याची भावना जागृत होऊ लागली. हिंदी कवी आणि लेखक यांच्यावरही या परिस्थितीचा परिणाम झाल्याशिवाय राहिला नाही.

हिंदीमध्ये नव्या युगाची सुरुवात भारतेंदु बाबू हरिश्चंद्र यांनी केली. 'भारतेंदु' ही यांना मिळालेली पदवी होय. १८५० मध्ये हरिश्चंद्र बाबूंचा जन्म झाला. त्यांचे वाडवडीत श्रीमंत जमीनदार होते. परंतु भारतेंदूनी आपले सारे आयुष्य लेखनाच्या द्वारे लोकजागृती करण्यात घालविले. त्यांनी ज्याप्रमाणे कविता लिहिल्या. त्याचप्रमाणे नाटकेही लिहिली. त्यांच्या पूर्वी हिंदी भाषेत चांगली नाटके नव्हती. 'चंद्रावली', 'विषस्य विषमौषधम्', 'भारतदुर्दशा', 'नीलदेवी', 'अंधेर नगरी', 'प्रेमयोगिनी', 'सतीप्रताप' इत्यादी नाटके त्यांनी लिहिली. त्यांचे 'जानकीमंगल' हे नाटक त्यावेळी खूपच गाजले. ते स्वत: नाटकात कामही करीत असत. त्यांनी आपल्या नाटकांमधून तत्कालीन समाजस्थितीचे विदारक दर्शन घडवले आणि समाजसुधारणेचा पुरस्कार केला. त्यांनी 'हरिश्चंद्र चंद्रिका' नावाचे हिंदी मासिक काढले होते. हिंदी भाषेचे सुधारित रूप प्रथमत: या मासिकात दृष्टीस पडले. भारतेंदूपासूनच हिंदी गद्यामध्ये एक वेगळीच चमक येऊ लागली. त्यांनी खडी बोलीचा उपयोग केला. समाजसुधारणेप्रमाणेच त्यांच्या साहित्यात देशभक्तीचाही प्रचार आढळतो. भाषा, विचार आणि शैली या सर्वच परींनी त्यांनी हिंदीमध्ये नावीन्य आणले. त्यामुळे त्यांच्या काळाला 'भारतेंदु युग' असे म्हटले जाते.

पुढील काळात उत्तर प्रदेशामध्ये बाळकृष्ण भट्ट, मुन्शी सदासुख, लल्लुजी लाल कवी, इन्शा अल्ला खाँ, किशोरीलाल गोस्वामी, देवकीनंदन खत्री इत्यादी प्रसिद्ध साहित्यिक झाले.

प्रेमचंद हे हिंदीमधील विख्यात लेखक झाले. याचां जन्म उत्तर प्रदेशातील लमही नावाच्या गावी ३१ जुलै १८८० मध्ये झाला. शिक्षणानंतर प्रेमचंद शाळेत शिक्षक बनले होते. परंतु स्वातंत्र्याच्या लढ्यात भाग घेतला. त्यांचा जन्म

एका लहानशा खेड्यात झाला होता. आणि त्यांनी गरिबीत दिवस कंठले होते. त्यामुळे त्यांना ग्रामीण जीवन आणि गरीब लोक यांच्याबद्दल अपार सहानुभूती होती. गरीब शेतकऱ्यांची गरिबी दूर करायची असेल, तर देश स्वतंत्र केला पाहिजे, या भावनेने त्यांनी आपल्या कादंबऱ्यांमधून देशभक्तीचा पुरस्कार केला. समाजातील अत्यंत उपेक्षित असे जीवन आणि पात्रे त्यांनी आपल्या लेखनाचा विषय बनवली. कथासाहित्याच्या माध्यमातून लोकांचे दारिद्र्य, भूक, निरक्षरता, अंधविश्वास, सामाजिक शोषण, रूढीप्रियता आणि लाचारी इत्यादींचे मार्मिक चित्र रेखाटलेले आहे. 'सेवासदन' आणि 'प्रेमाश्रम' या आपल्या कादंबऱ्यांमधून त्यांनी स्त्रियांच्या असहाय स्थितीचे चित्रण केले आहे. त्यांची 'गोदान' नावाची कादंबरी फार लोकप्रिय आहे. होरी नावाच्या एका साध्या-भोळ्या गरीब किसानाची कथा या कादंबरीत त्यांनी अत्यंत प्रभावीपणे लिहिलेली आहे. प्रेमचंद यांना हिंदी साहित्याच्या जगतात एक यशस्वी कादंबरीकार म्हणून फार मोठे स्थान आहे.

त्यानंतरच्या काळात जयशंकर प्रसाद, वृंदावनलाल वर्मा, भगवतीचरण वर्मा, जैनेंद्रकुमार, अमृतलाल नागर, हजारीप्रसाद द्विवेदी आदी अनेक प्रसिद्ध साहित्यकार झाले.

आधुनिक हिंदी कवितेच्या क्षेत्रात पंडित श्रीधर पाठक, गयाप्रसाद शुक्ल, स्नेही, अयोध्यासिंह उपाध्याय, रामनरेश त्रिपाठी, राष्ट्रकवी मैथिलीशरण गुप्त, सूर्यकांत त्रिपाठी 'निराला', सुमित्रानंदन पंत, महादेवी वर्मा, हरिवंशराय 'बच्चन', नरेंद्र शर्मा, सोहनलाल द्विवेदी इत्यादी उत्तर प्रदेशीय कवींना श्रेष्ठ दर्जाची काव्यनिर्मिती केलेली आहे. सुमित्रानंदन पंत यांच्या 'चिदंबरा' नामक काव्याला भारतीय ज्ञानपीठाचा एक लाख रुपयांचा पुरस्कार मिळालेला आहे.

मैथिलीशरण गुप्त यांचे 'साकेत' हे महाकाव्य बरेच लोकप्रिय झाले. त्यांच्या 'भारत-भारती' रचनेने लोकांत देशप्रीतीची भावना जागविली.

हम कौन थे, क्या हो गये है, और क्या होंगे अभी ।
आओ विचारें बैठे करके ये समस्याएं सभी ।।

अशी हृदयस्पर्शी रचना त्यांनी केली.

ब्रजभाषी कवींमध्ये जगन्नाथदास रत्नाकर, सत्यनारायण कवीरत्न, नवनीत चतुर्वेदी, द्विज देव, अनूप शर्मा इत्यादी कवी उल्लेखनीय आहेत.

हिंदी नाट्यक्षेत्रातही उत्तर प्रदेशातील नाटककारांनी मोलाची कामगिरी बजावलेली आहे. पंडित गोविंदवल्लभ पंत, लक्ष्मीनारायण लाल, डॉ. रामकुमार वर्मा इत्यादी नाटककार प्रसिद्ध आहेत.

लाल भवानी, आचार्य रामचंद्र शुक्ल, पंडित पद्मसिंह शर्मा, मिश्र बंधू, आचार्य शामसुंदर दास आणि बाबू गुलाबराय या मागील पिढीतील विद्वानांनी हिंदी साहित्यामधील आलोचना अथवा समीक्षेचा पाया घातला. त्यानंतर शिवदानसिंह चौहान, प्रकाशचंद्र गुप्त, रामविलास शर्मा, आचार्य हजारी प्रसाद द्विवेदी, डॉ. नगेंद्र इत्यादींनी आधुनिक हिंदी समीक्षा समृद्ध केलेली आहे. स्वर्गस्थ वासुदेवशरण अग्रवाल यांनी बरेच ग्रंथ लिहून हिंदीमधील वैचारिक साहित्याची सेवा केली आहे. राहुल सांकृत्यायन यांच्याप्रमाणेच अग्रवाल यांनाही हिंदीमधील एक श्रेष्ठ विद्वान लेखक म्हणून मान्यता लाभलेली आहे. राहुल सांस्कृत्यायन यांना तर महापंडित असे म्हटले जाई. कथा, कादंबरी, प्रवास, समीक्षा इत्यादी साहित्याच्या विविध दालनात राहुल सांकृत्यायन यांनी मौलिक लेखन केलेले आहे. आधुनिक ललित साहित्यात महादेवी वर्मा यांनी काव्याप्रमाणेच ललित निबंध आणि व्यक्तिचित्रे लिहून हिंदीत मोलाची भर घातलेली आहे.

उर्दू

उत्तर प्रदेशात बऱ्याच ठिकाणी उर्दू भाषा बोलली जाते. हिंदी भाषेचीच 'उर्दू' आणि 'हिंदुस्थानी' ही दोन रूपे आहेत. प्रारंभी उर्दू ही बोलीभाषाच होती. परंतु पुढे तिला स्वतंत्र भाषेचा दर्जा प्राप्त झाला. भाषा या दृष्टीने उर्दूचा विकास झाला आणि होत आहे, ही समाधानाची गोष्ट असली तरी उर्दूचा संबंध इस्लाम धर्माशी आणि विशिष्ट प्रकारच्या मुस्लीम जातिवादाशी काही धर्मांध राजकारणी मंडळींनी जो जोडला, त्याने या देशातील ऐक्यभावनेला तडा गेला. देशविभाजनानंतर पाकिस्तानाची राष्ट्रभाषा म्हणून उर्दूला स्थान मिळालेले आहे. मुस्लिम जातीयवाद्यांनी उर्दूला अशाच प्रकारे जातीय बनवले. त्याचप्रमाणे इथल्या दुसऱ्या काही जातीयवाद्यांनी उर्दूला परकी मानून तिचा दुस्वासही केला. परंतु उर्दूची लिपी ही जरी फारसी असली तरी तिची बनावट हिंदी आहे. उर्दू आणि हिंदी हा झगडा लक्षात घेऊनच स्वातंत्र्याच्या आंदोलनात गांधीजींनी हिंदुस्थानीचा पुरस्कार केला. हिंदीच्या या शैलीत प्रेमचंद, पंडित जवाहरलाल नेहरू इत्यादी मान्यवरांनी लेखन केले आहे.

उर्दू भाषेचा जन्म हिंदीच्या खडी बोलीमधूनच झालेला आहे. खडी बोलीचा आधार शौरसेनी प्राकृत भाषा होती. त्यामुळे उर्दूत देखील संस्कृत आणि प्राकृत शब्द आढळतात. मुसलमानांच्या संपर्कानंतर उर्दूत अरबी, पुश्तू आणि तुर्की इत्यादी भाषांचे शब्दही दाखल झाले, उर्दूचे व्याकरण हे खंड बोलीच्या व्याकरणाच्या सिद्धांतानुसार बनलेले आहे आणि आजही उर्दूमध्ये हिंदी भाषेतील शब्द भरपूर अहेत. अन्य भाषांप्रमाणेच प्रारंभी उर्दू ही बोली होती आणि नंतर

तिच्या प्रथम काव्य व नंतर गद्य लिहिले गेले. उर्दू भाषेत सर्वप्रथम अमीर खुसरो या कवीचे काव्य आढळते. याने हिंदी, फारसी आणि अरबी या शब्दांचा वापर करून आपले काव्य लिहिले आहे. त्यांच्या कित्येक पदांमध्ये एक एक भाग फारसीचा आहे, तर दुसरा हिंदीचा आहे. या काव्याच्या व्यतिरिक्त खुसरोने सामान्य माणसाच्या दैनंदिन व्यवहारातील भाषेत अनेक दोहे गीते, कहमुकरनीयाँ आणि पहेलिया इत्यादी साहित्य लिहिले आहे.

मुहंमद तुघलखाच्या कारकिर्दीत देवगिरी येथे राजधानी आली. त्यामुळे दिल्ली आणि तिच्या आसपासच्या भागात बोलली जाणारी उर्दू ही दक्षिणेत पोहोचली. तेव्हापासून उर्दूचे एक वेगळेच स्वरूप विकसित झाले. तिला 'दक्षिणी शैली' असे म्हटले जाऊ लागले. दक्षिणेत विजापूर आणि गोवळकोंडा या मुसलमानी राज्यांत उर्दूचा फार विकास झाला.

उत्तर भारतात उर्दू कवितेची मोगल राजवटीच्या अखेरच्या काळात बरीच उन्नती झाली होती. प्रारंभिक काळातील कवीनंतर नजीर अकबराबादी या कवीचे नाव अधिक प्रसिद्ध झाले. नजीरच्या शायरीने उर्दूला नवीन विषय आणि नवे शब्द दिले. दिल्लीच्या मोगल साम्राज्याच्या पतनानंतर उर्दू भाषेचे केंद्र दिल्लीहून उत्तर प्रदेशातील लखनौ शहरी आले. त्याबरोबर दिल्लीत प्रसिद्ध असलेले सौदा, मीर आणि मीर हसन हे उर्दू शायर देखील आपल्या जीवनाच्या अखेरीस लखनौच्या नबाबाच्या दरबारी आले. इन्शा हा प्रसिद्ध उर्दू शायरदेखील आला. सौदाने आपल्या कवितेत नवीन शब्दांचा वापर केला, तर मीरने उत्कृष्ट गझला रचना. मीर हसनने उर्दू कवितेस सुलभ आणि सुंदर बनविले. याने उर्दू शायरीचा पुराना ढंग कायम ठेवूनही आपल्या काळचे समाजचित्र उत्तमप्रकारे चित्रित केले. इन्शाच्या शायरीमध्ये सुलभता आणि हृदयंगमता यांच्याबरोबरच ठिकठिकाणी मार्मिक उपरोध आणि विनोद दिसून येतो. त्यामुळे लखनवी वातावरणाची झलक दृष्टीस पडते.

यानंतर उर्दूत मिर्झा गालिब हा सुप्रसिद्ध शायर होऊन गेला. उर्दू ,साहित्याच्या एका जाणकाराने एके ठिकाणी असे उद्‌गार काढले आहेत, की मोगल साम्राज्याने आम्हाला तीन गोष्टी दिल्या आणि त्या म्हणजे ताजमहाल, उर्दू भाषा आणि गालिब. खरोखरच गालिब हा उर्दूमधील विख्यात कवी झाला. त्याचे संपूर्ण नाव मिर्जा असदुल्ला बेग खाँ, 'गालिब' असे होते. याचा जन्म १७९७ साली आग्रा येथे झाला. त्याचे बालपण तेथेच गेले. तिथल्याच मौलवीजवळ तो उर्दू-फारसी शिकला. पुढे तो दिल्लीस आला. बादशहा जफर याच्या दरबारात तो काही

दिवस राहिला. त्याने आर्थिकदृष्ट्या बरीच हलाखी भोगली, परंतु उर्दू कविता मात्र त्याने श्रीमंत केली. गालिबची स्वत:ची अशी स्वतंत्र शैली होती. त्याची प्रतिभा अव्वल दर्जाची होती. त्याला आपल्या प्रतिभेचा विलक्षण अभिमान होता. एके ठिकाणी तो म्हणतो-

आगदी दामे शुनीदन, जिस कदर चाहे बिछाये,
मुद्दआ उनका है अपने आलमे तहरीर का ।

अर्थ - श्रवणशक्तीचे जाळे पसरले तरीही बुद्धीला माझा कवितारूप अदृश्य पक्षी पकडता येणार नाही.

गालिबने फारसी भाषेतही काव्यरचना केली आहे. त्याने आपले दोस्त, शागीर्द आणि संबंधित लोक यांना जी अमूल्ये अशी पत्रे उर्दूमध्ये लिहिली आहेत, त्या पत्रांचे संग्रह 'उर्दू-ए-मुअल्ला', 'ऊदे हिंदी' आणि 'मकातीबे गालिब' या नावांनी प्रसिद्ध झालेले आहेत. त्याच्या उर्दू कवितेचा संग्रह 'दीवान-ए-गालिब' या नावाने सुप्रसिद्ध आहे. त्याच्या बोलण्यात आणि लिहिण्यातही विनोदी चुटकुले असत. त्याच्यासंबंधी अनेक आख्यायिका प्रसिद्ध आहेत. त्याच्या शागीर्दांमध्ये सर्व धर्मांचे लोक होते. मौलाना हाली आणि बहादूर शाह जफर हेही त्याच्या शिष्य परिवारात होते. त्याने उर्दू कवितेला एक नवीन वळण दिले. गालिबच्या गझला आजही लोकांच्या गाण्यात आहेत. १५ फेब्रुवारी १८६१ रोजी गालिबचा मृत्यू झाला.

मध्यकालापासून ते आजपर्यंत उर्दू भाषेला उत्तर प्रदेशाने महाकवी मीर, आतिश, मीर-अनीस, मिर्जा दाबीर, दयाशंकर नसीम, नजीर अकबराबादी, अकबर इलाहबादी, पंडित ब्रजनारायण चकबस्त, जिगर मुरादाबाद, फिराक गोरखपुरी, मजाज, आनंद नारायण मुल्ला इत्यादी अनेक कवी दिले आहेत. फिराक गोरखपुरी यांच्या 'गुल-ए-नगमा' या काव्यसंग्रहास भारतीय ज्ञानपीठाचे पारितोषिक लाभले आहे.

काव्याप्रमाणेच उर्दू गद्याचाही विकास आज पुष्कळच झालेला आहे. उत्तर प्रदेशातील प्रेमचंद यांनी प्रारंभी आपल्या कादंबऱ्या उर्दू भाषेतच लिहिल्या होत्या. उर्दू रंगभूमीची सुरुवात ही लखनौ येथेच झाली असे मानतात. लखनौचा शेवटचा नबाब वाजिद अली शाह याला नृत्य-गायनाचा विलक्षण नाद होता. त्यातूनच त्याला नाटकाची स्फूर्ती झाली. उत्तर प्रदेशातले रासक्रीडेचे खेळ पाहून त्याने राधा-कृष्णांच्या प्रीतीवर आधारलेले 'राधा-कन्हैया का किस्सा' हे नाटक रचले. उर्दूतले हे पहिले नाटक होय. हे त्याने आपल्याच राजवाड्यात रंगभूमीवर

आणले. उर्दूत प्रारंभी नाटकांना 'रहस' असे म्हणत असत. या शब्दाचे मूळ रास या शब्दात आहे. यावरून उर्दू नाटकाची उत्क्रांती रासातून झाल्याचे आढळते. या नाटकात सगळी कामे स्त्रियाच करीत. त्याच्या प्रयोगासाठी मुकुटच एक लाखाचा होता असे म्हणतात. हे पहिले नाटक १८४२-४३ च्या दरम्यान रंगभूमीवर आले असावे. याने लिहिलेले दुसरे नाटक 'दर्या-ए-ताश्शुक' हे १८५१ मध्ये रंगभूमीवर आले. या नाटकाचे, चौदा प्रवेश होते. एका रात्री एक, अशा प्रकारे हे नाटक चौदा रात्री चालले होते. यासाठीही नबाबने लाखो रुपये खर्च केले. यानंतर त्याने 'अफसाना-ए-इष्क' आणि 'बहारे उल्फत' अशी आणखीही दोन नाटके रंगभूमीवर आणली. याच काळात सामान्य जनतेलाही नाटकाची रुची उत्पन्न झाली होती. कवी अमानत याने 'इंद्रसभा' या नावाचे एक नाटक रचले होते. १८५४ मध्ये ते रंगभूमीवर आले आणि त्यात इंद्राची भूमिका नबाब वाजिद अली शाह यांनी केली होती. त्यानंतर अनेक लेखकांनी नाटके लिहिली आणि त्याचे प्रयोग झाले. चित्रपटांच्या जमान्यात मध्यंतरी उर्दू रंगभूमीला उतरती कळा लागली होती. परंतु अलीकडे पुन्हा नव्याने ती उत्कर्षास चढली आहे.

उत्तर प्रदेशात भाषेच्या क्षेत्रात तसे बरेच सामंजस्य आणि सहिष्णुता पूर्वीपासूनच आढळते. हिंदीच्या अगदी प्रारंभीच्या काळातील श्रेष्ठ प्रतीच्या कवींमध्ये मलिक मुहंमद जायसी आणि कुतबन यांची नावे उल्लेखनीय आहेत. यांनी परंपरागत भारतीय कथानकांवर दोहा-चौपाई शैलीमध्ये काव्यलेखन केले. अन्य हिंदी कवींमध्ये अब्दुर्रहीम खानखाना, रसखाना, सय्यद दुलाब नबी रसलीन, सय्यद मुबारक अली मुबारक इत्यादी नामवंत मुस्लीम कवींनी सरस रचना केलेली आहे. त्याचप्रमाणे पुष्कळशा हिंदू लेखकांनीही हिंदी भाषेत साहित्यनिर्मिती केलेली आहे. रहीम संस्कृत आणि हिंदी या दोन्ही भाषांत लिहित असे. हिंदी नवजागरणाचे जनक भारतेंदु हरिश्चंद्र यांनी 'रसा' या टोपण नावाने उर्दू भाषेत पुष्कळ लेखन केले आहे. प्रेमचंद तर आधी उर्दूचेच लेखक होते.

उर्दूतील सर्वोत्कृष्ट पत्रकारांमध्ये पंडित रतननाथ रसशार यांचे नाव प्रसिद्ध आहे. कानपूर येथील 'जमाना' या उर्दू पत्राचे संपादक मुन्शी दयानारायण निगम हे होते. मुन्शी नवल किशोर यांनी उर्दूत केवळ 'अवध अखबार' नावाचे वृत्तपत्र चालवले नाही, तर शेकडो अरबी, फारसी आणि उर्दू पुस्तकांचे प्रकाशनही करून त्यांचा प्रसार केला. त्यांनी 'माधुरी' नावाचे हिंदी नियतकालिकही काढले होते. आजही ही पंरपरा उत्तर प्रदेशात कायम आहे.

उत्तर प्रदेशात वृत्तपत्रांची परंपराही मोठी आहे. या वृत्तपत्रांनीही हिंदी आणि उर्दू भाषेची सेवा करून जनताजागृतीस हातभार लावलेला आहे. या क्षेत्रात आचार्य रुद्रदत्त शर्मा, आचार्य अंबिकाप्रसाद वाजपेयी आणि आचार्य बाबूराव विष्णुपंत पराडकर हे गेल्या पिढीतील महान संपादक म्हणून आदरणीय मानले जातात. त्यानंतरच्या पिढीत गणेश शंकर विद्यार्थी, पद्मकांत मालवीय, संपूर्णानंद, देवीदत्त शुक्ल हे मोठे संपादक होऊन गेले. वाराणसीहून प्रसिद्ध होणारे 'आज' हे हिंदी दैनिक आचार्य बाबूराव पराडकर या एका महाराष्ट्रीय माणसाने काढले होते आणि त्याला हिंदी जगतात मोठी प्रतिष्ठा लाभलेली आहे. कानपूरचे 'प्रताप', लखनौचे 'नवजीवन' आणि 'स्वतंत्र भारत', अलाहाबादचे 'भारत', आग्रा येथील 'सैनिक' आणि 'अमर उजाला' इत्यादी नियतकालिके आज प्रसिद्ध होत असून स्वभाषेची सेवा करीत आहेत.

★★★

५. कलाप्रिय उत्तरप्रदेश

उत्तर प्रदेशातील माणूस मोठा रसिक आहे. बनारस, लखनौ, आग्रा आदी शहरे तर नृत्य-संगीताची माहेरघरेच आहेत. हिंदी-उर्दू कवींचे मुशायरे-कवितसंमेलने ठिकठिकाणी होत असतात. गंगा यमुनेच्या कुशीतला हा भू-भाग जसा समृद्ध आहे, तशीच इथली माणसेही कलाप्रिय आहेत. संगीत, नृत्य, नाट्य आदी ललितकलांना त्यांच्या जीवनात श्रेष्ठ स्थान आहे.

संगीत

उत्तर प्रदेशाने शास्त्रीय आणि लोकसंगीताच्या क्षेत्रात प्राचीन कालापासून फार मोठी परंपरा जतन केलेली आहे. श्रीमद् भागवतांचे ब्रजवासी हे संगीतप्रेमी होते आणि जेव्हा यदुवंशी जन मथुरेहून द्वारकेला गेले, द्वारकेहून देवगिरीला गेले व देवगिरीहून म्हैसूरकडे गेले, तेव्हा त्यांनी आपल्याबरोबर संगीताची परंपरादेखील नेली होती. मथुरा हे ध्रुपद संगीताचे मोठे केंद्र होते. तेथील संगीतपरंपरेला शेकडो वर्षांचा इतिहास आहे. या परंपरेतील सर्वांत श्रेष्ठ संगीतज्ञ स्वामी हरिदास होऊन गेले. संगीतसम्राट तानसेन आणि बैजूबावरा हे स्वामी हरिदासांचेच शिष्य होते. आग्रा घराण्यातील संगीतकारांनी ही कला विकसित केली आणि १९ व्या शतकाच्या उत्तरार्धात अनेक संगीतज्ञ आणि गायक निर्माण केले. २० व्या शतकाच्या प्रारंभी मथुरेचे गणेशीलाल हे एक उत्कृष्ट ध्रुपदगायक म्हणून मानले जात असत. पुढे त्यांची परंपरा चंदन चौबे या गायकाने चालविली होती. वृंदावन येथे पुष्कळसे बंगाली आणि उडिया लोक येऊन वसले होते. रूप आणि सनातन नावाच्या दोन बंगाली संन्याशांनी वृंदावनाला पुनरुपि त्याचे संगीताचे महत्त्व प्राप्त करून दिले. त्याचप्रमाणे राजस्थानच्या मीराबाईने वृंदावनातील गिरिधर गोपालाला लोकप्रिय केले. रामपूर येथे वजीरखाँसारखे बीनकार झाले. बनारस तर सर्व भारतता संगीतासाठी विख्यात आहे. तेथे अनेक प्रसिद्ध ठुमरी-गायक

कथक नृत्य

आणि तलावादक झाले. आणि आजही देशातील काही श्रेष्ठ, सर्वोत्तम तबलावादक मथुरा आणि वाराणसी येथील रहिवासी आहेत. वाराणसीचे सामताप्रसाद हे सर्वोत्कृष्ट तबलावादक म्हणून समजले जातात. उत्तर प्रदेशात धार्मिक आणि सामाजिक जीवनात संगीताला अनन्यसाधारण असे महत्त्व आहे. त्यामुळे राजेमहाराजे, बादशहा, नबाब यांच्या कारकिर्दीत आणि इंग्रजांच्या राजवटीतही या प्रदेशात संगीताचा विकास झाला. बनारसची कदली, चैती व बिरहा, ब्रजचा रसिया आणि बुंदेलखंड आणि गढवाल या भागांतील अनेक लोकगीते आणि लोकधुना यामुळे उत्तर प्रदेश म्हणजे लोकसंगीताचे एक अत्यंत समृद्ध भांडार झाले आहे.

लखनौ हे देखील हिंदुस्थानी संगीताचे मोठे केंद्र समजले जाते. येथील संगीतावर एक नबाबी छाया आहे. कव्वाली, ठुमरी, गझल या संगीतप्रकारांची मोठी परंपरा येथे आहे.

उर्दू शायरांचे, मुशायऱ्यांचे कार्यक्रमही लखनौ, वाराणसी, अलिगढ आणि अन्यत्रही उत्तर प्रदेशात फार लोकप्रिय आहेत.

नृत्य

'कथक' या विख्यात नृत्यकलेची जन्मभूमी उत्तर प्रदेश हीच आहे. कथा या शब्दावरून कथक हा शब्द बनला आहे. कित्येक लोक त्याचा कथ्थक असा उच्चार करतात. प्राचीन काळी उत्तरप्रदेशात कथा सांगणाऱ्या लोकांचा एक वर्ग होता. पुराणकथा काव्यात गुंफून त्या मंदिरांतून सांगणे हा त्यांचा व्यवसाय होता. प्रथम ते आपली कथा साध्या सरळ पद्धतीने सांगत, पण पुढे कथा परिणामकारक व्हावी आणि श्रोत्यांच्या मनावर ठसावी यासाठी त्यांनी कथागायनाबरोबर त्यात अभिनयाचाही समावेश केला. त्यातूनच पुढे कथक नृत्य जन्माला आले. प्रारंभी हे धार्मिक स्वरूपाचे होते. ते मंदिरांत चालत असे. पुढे जेव्हा उत्तर प्रदेशात

मोगलांची राजवट सुरू झाली, तेव्हा त्या बादशहांनी कथक नृत्य आपल्या करमणुकीसाठी मंदिरातून राजदरबारात आणले. नंतर त्याला शृंगारविलासाचे स्वरूप प्राप्त झाले.

कथक हे पूर्णपणे ताल आणि लय यावर आधारलेले नृत्य आहे. ही कला हिंदुस्थानी पद्धतीचीच एक भाग आहे. या नृत्याला मृदंग किंवा तबला आणि सारंगी याची साथ असते. नर्तक किंवा नर्तिका पायात चाळ बांधतात. नर्तकाचा पोशाख चुडीदार पायजमा, वर लांब अंगरखा, कमरेला शेला किंवा कमरपट्टा असा असतो. पूर्वी नर्तिकाही असाच पोशाख करीत. पण अलीकडे साडी किंवा घागरा, त्यावर चोळी आणि ओढणी असा कथकनर्तिकेचा पोशाख रूढ आहे.

कथक नृत्याचे विविध प्रकार हिंदुस्थानी संगीताच्या प्रकारांवर आधारलेले असतात. ध्रुपद, चिंतन, होरी, धमार, भजन, ठुमरी इत्यादी संगीत प्रकारांवरून त्या त्या नृत्य प्रकाराने नावे दिलेली आहेत. कथक नृत्याची जयपूर, लखनौ आणि बनारस अशी तीन घराणी प्रसिद्ध आहेत. अच्छनमहाराज, लच्छूमहाराज व शंभूमहाराज लखनौ घराण्यातील प्रसिद्ध नर्तक आहेत. गोपीकृष्ण व सितारादेवी हे बनारस घराण्यातील प्रसिद्ध नर्तक-नर्तिका आहेत. भारतातील चर प्रसिद्ध शास्त्रीय नृत्यांपैकी कथक हे एक मानले जाते.

उत्तर प्रदेशातील निरनिराळ्या भागात तेथील लोकांची लोकनृत्येही प्रसिद्ध आहेत. पूर्वांचलाच्या पहाडी भागात झेपली, चांचरी व झोडा ही लोकनृत्ये चालतात. नृत्याबरोबरच लोकगीते गाण्याचीही प्रथा आहे. झपेली हे प्रेमिकांचे नृत्य असून एका हातात आरसा व दुसऱ्या हातात रुमाल घेऊन जोडीने नृत्य करतात. झोडा लोकनृत्य अधिक लोकप्रिय आहे. या नृत्यात सर्व जातींचे स्त्री-पुरुष भाग घेतात. हातात हात गुंफून सर्वजण फेर धरतात आणि साध्या पद्धतीने नाचतात. या वेळीही झोडा गीते गातात.

मथुरा आणि आसपासच्या ब्रजभूमीतील रास हे नृत्य विख्यात आहे. कृष्णलीलेवर हे नृत्य आधारलेले आहे. याशिवाय विविध जाती-जमातींची बरीच लोकनृत्ये प्रचलित आहेत.

नौटंकी

उत्तर प्रदेशातील हे एक लोकनाट्य आहे. पूर्वी याला 'स्वांग' म्हणत असत. परंतु हल्ली स्वांग आणि नौटंकी यांच्या स्वतंत्र्य परंपरा निर्माण झाल्या आहेत. बाराव्या शतकाच्या सुमारास नौटंकी नाट्याचा आविष्कार झाला. मल्ल, जाट, रावत, राजपूत आणि रंगारी कोष्टी यांनी हा खेळ सुरू केला, असे

समजले जाते. नौटंकी म्हणजे एक प्रकारचे संगीतरूपकच आहे. महाराष्ट्रातल्या दशावतारांशी व कर्नाटकातल्या यक्षगानाशी त्याचे साम्य आहे. सूत्रधार हा खेळाचा प्रमुख संचालक असतो. तोच खेळातल्या पात्रांचा, प्रसंगांचा व दृश्यांचा प्रेक्षकांना परिचय करून देतो. नौटंकीच्या खेळासाठी मांडव घालून रंगमंच उभारतात. पुढे एकच पडदा असतो. रंगमंचावर पात्रांचे आगमन झाले, की पडदा उघडतात, प्रवेश वा विशिष्ट प्रसंग संपला, की पडदा टाकतात. या खेळात प्रेक्षक व नट यांच्यांत जवळीक असते. कित्येकदा प्रेक्षकांतूनच पात्रे रंगभूमीवर येतात आणि कित्येकदा ती प्रेक्षकांबरोबर प्रश्नोत्तरेही करतात. रंगमंचाच्या एका बाजूला नौटंकीचे आख्यान जाणारे गायक व वाद्य-वादक असतात. तबला व नगारा ही वाद्ये महत्त्वाची असतात. नौटंकीची नाट्यकथा नके प्रामुख्याने ऐतिहासिक वीर, प्रेमी युवक आणि संत यांच्या चरित्रांवर आधारलेली असतात. हीर-राझांच्या प्रेमाख्यानावरच नौटंकीची पहिली उभारणी झाली, असे म्हणतात. स्त्रियांच्या भूमिका स्त्रियाच करतात. खेळाच्या शेवटी त्या गायन करतात. खेळ रोचक होण्यासाठी त्यात विनोदी प्रसंग मुद्दाम निर्माण करतात. अशा प्रसंगी स्त्रिया पुरुषवेशांत रंगभूमीवर येतात. नाट्यातले संवाद पद्यमय असतात. रात्ररात्रभर नौटंकीचे प्रयोग चालतात. कार्तिक-मार्गशीर्ष आणि चैत्र-वैशाख या महिन्यांत नौटंकीचे प्रयोग बहुधा सर्वत्र होतात. जत्रेच्या वेळी नौटंकीचे खेळ चालतात. उत्तर प्रदेशातील फरूखाबाद, शहाजहाँपूर, कानपूर, एटा, इटावा, मैनपूरी, मेरठ, सहराणपूर या जिल्ह्यांत नौटंकाच्या विशेष प्रसार अहे. नौटंकीच खेळात कानपूर व हाथरस अश दोन घराणी निर्माण झाली. या दोन्हीही घराण्यांना मोठ्या परंपरा आहेत. नौटंकी खेळातून उत्तमोत्तम नट आणि नायकही निर्माण झालेले आहेत.

उत्तर प्रदेशात चित्रकलेची परंपरा ही फार प्राचीन आहे. काशीचीही एक स्वतंत्र चित्रशैली मानली जाते. तेथील भित्तिचित्रांची परंपरा फार प्राचीन आहे. या शैलीत भिन्न भिन्न प्रकारच्या चित्रशैलींचे मिश्रण झाले आहे. तिथल्या लोककलेतूनही तिने प्रेरणा घेतली आहे. या लोककलेतही सामाजिक जीवनविषयीचीही सुंदर चित्रे आढळतात. चालीरीती, उत्सव, पर्व इत्यादी चित्रांत एक प्रकारचा जिवंतपणा दिसतो. या चित्रशैलीत हत्ती, घोडे, हरीण, बैल इत्यादी पशूंची सुरेख चित्रेही पाहायला मिळतात.

शिल्प-स्थापत्य

शिल्पकला आणि स्थापत्यकला या क्षेत्रांतही उत्तर प्रदेश अग्रेसर आहे. सारनाथ येथील मौर्यकाळात निर्माण केलेल्या अशोक-स्तंभाचे तीन शीर्ष भारताचे राजचिन्ह म्हणून आज प्रतिष्ठित झालेले आहे. मौर्यकाळातील मथुरा येथील स्थापत्य आपल्या विशाल आकारासाठी आणि कुशाणकाळातील शिल्प आपल्या सूक्ष्म, वैविध्यपूर्ण कलेसाठी प्रसिद्ध आहे. गुप्तकाळात लाल दगडावर कोरलेले शिल्प भारतीय आणि इराणी कलेचे मिश्रण आहे. त्या काळातील मथुरा येथील पद्मपाणी बुद्धाची मूर्ती फार प्रसिद्ध आहे. मथुरा येथे आचार्य कुणिक यांचे शिल्प विद्यालय होते. येथे बनविलेल्या बुद्धाच्या मूर्ती अनेक ठिकाणी पाहावयास सापडतात.

जौनपूर येथील शकी स्थापत्य आपल्या सुंदर आणि नाजूक जाळीकामासाठी प्रसिद्ध होते. फत्तेपूर सिक्रीचा बुलंद दरवाजा, आग्रा येथील लाल किल्ला आणि जगप्रसिद्ध ताजमहाल या उत्तर प्रदेशातील वास्तू भारतीय शिल्प-स्थापत्याची श्रेष्ठता पटवतात. वृंदावन येथील गोविंद देवाचे मंदिर, लखनौमधील छत्तर मंदिर आणि इमामवाडा यांसारख्या भव्य इमारती आणि रूमी दरवाज्यासारखी दारे प्रसिद्ध आहेत. याशिवाय अनेक ठिकाणची मंदिरे आणि मशिदी स्थापत्यकलेच्या दृष्टीने पाहण्यासारख्या आहेत. मथुरेच्या जवळील चौराशी येथील जैन मंदिरे मध्ययुगीन शिल्प आणि स्थापत्यकलेची उत्कृष्ट प्रतीके आहेत. उत्तर प्रदेशातील अनेक किल्लेही अहेत. त्यात कालिंजर येथील किल्ला सर्वांत जुना असून झाशीचा किल्ला त्यामानाने नवीन आहे. याशिवाय आग्रा, अलाहाबाद आणि चुनार येथील किल्लेही प्रसिद्ध आहेत.

कलाकुसर

बनारस हे रेशीम-उद्योगाचे प्राचीन कालापासून फार मोठे केंद्र आहे. बनारसी साड्या आणि खण प्रसिद्ध आहेत. त्याचप्रमाणे लखनौ येथील धातूवरील नक्षीकाम, मलमलच्या कपड्यावरील कशीदाकारी ही प्रसिद्ध आहेत. त्या प्रदेशात उत्कृष्ट बनविल्या जातात. आग्रा येथील गालिचे आणि ताजमहालाच्या छोट्या प्रतिकृती प्रसिद्ध आहेत.

सांझी

सांझी हे उत्तर प्रदेशातील ब्रजभूमीतील स्त्रियांचे चित्रांकन आहे. सांझी अनेक तऱ्हेच्या आकृत्यांनी सजवितात. प्रथम शेणाने भिंत चौकोनी आकारात सारवून घेतात. मग त्यावर शेणाचेच पाच ठिपके देतात. नंतर त्यावर सूर्य, चंद्र

कलाकुसर

काढतात आणि वर निरनिराळ्या रंगीबेरंगी फुलांच्या पाकळ्या चिकटवितात.
दुसऱ्या दिवशी बीजेची चंद्रकोर व चौरस रेखतात. निरनिराळ्या दिवशी निरनिराळ्या
आकृत्या काढतात. त्या नयनमनोहर असतात.

★★★

६. स्थलयात्रा

उत्तर प्रदेशातील लोकजीवन व कलाजीवन जसे वेधक आहे, तसेच स्थलदर्शनही लोभस, प्रेरणादायी आहे. उत्तर प्रदेशाची सारी भूमीच अशी जुन्या-नव्या स्फूर्तिस्थानांनी व तीर्थक्षेत्रांनी गजबजेली आहे.

वाराणसी

वाराणसी शहरालाच बनारस आणि काशी अशी आणखी दोन नावे आहेत. काशी हे हिंदूचे फार मोठे क्षेत्र मानले जाते. मोक्षदायक अशी जी सात नगरे आहेत, त्यात काशी क्षेत्र ही महत्त्वाची नगरी आहे. बारा ज्योतिर्लिंगांमधले एक ज्योतिर्लिंग येथे आहे. श्रीशंकराचे वास्तव्य या क्षेत्रात आहे, अशी श्रद्धा असून काशी विश्वेश्वराच्या दर्शनासाठी हिंदू मन आसुसलेले असते. येथील काशीविश्वेश्वराचे मंदिर फार प्रसिद्ध आहे. काशी हे क्षेत्र गंगा नदीच्या काठावरच वसलेले आहे. तेथे गंगेला बावन्न घाट बांधलेले आहेत. प्रत्येक घाटांसंबंधी काही ना काही आख्यायिका उपलब्ध आहेत. काशी हे शैव क्षेत्र आहे. ते शिवाच्या त्रिशूळावर वसले असून प्रलयकालीही त्याचा नाश होणार नाही, अशी त्याची पुराणात ख्याती आहे. तीर्थक्षेत्राप्रमाणेच हे एक मोठे धर्मपीठ आणि विद्यापीठ आहे; संस्कृतीचे, विद्येचे आणि तत्त्वज्ञानाचे माहेरघर म्हणून या नगराची पुरातन कालापासून प्रसिद्धी आहे. वैदिक आणि बौद्ध हे दोन्ही धर्म या ठिकाणाहूनच सर्व भारतभर गेले.

जनपदयुगात काशीचा समावेश सोळा महाजनपदांमध्ये होत असे. प्राचीन काळी काशीला राजकीयदृष्ट्याही महत्त्व होते. काशी हे शक्तिपीठही आहे. येथे सतीचे उजवे कर्णकुंडल गळून पडले, अशी कथा आहे. पण काशीचा मुख्य देव म्हणजे विश्वेश्वर किंवा विश्वनाथ हाच आहे, काशीला विश्वनाथाची नगरी असेच म्हणतात. काशीयात्रेला लोक जातात, ते या विश्वेश्वराच्या दर्शनासाठीच.

शिवनामंदिर : बनारस

औरंगजेबाने जुने विश्वेश्वर मंदिर उद्ध्वस्त केल्यावर सुमारे १०० हून अधिक वर्षे तिथे मंदिरच नव्हते. १८ व्या शतकाच्या अखेरीस अहल्याबाईने सध्याचे मंदिर बांधले. हे मंदिर लहानसेच आहे. मध्यभागी एक चौरस कुंड असून त्यात विश्वेश्वर लिंगाची स्थापना केलेली आहे. यात्रेकरू अभिषेकाचे पाणी, फूल, पत्री आणि पूजाद्रव्य त्या कुंडातच टाकतात व हाताने चापडून विश्वेश्वराला स्पर्श करतात. या मंदिरावर सोन्याचा कळस आहे. पंजाबचा महाराजा रणजितसिंग याने या कळसाचे काम केले. विश्वनाथाला काशीचा सम्राट समजतात. त्याच्या परिसरात अनेक शिवलिंगे आहेत. त्यापैकी हरेश्वर हा त्यांचा मंत्री, ब्रह्मेश्वर हा कथावाचक, भैरव हा कोतवाल, तारकेश्वर हा धनाध्यक्ष, दंडपाणी हा चोपदार, वीरेश्वर हा कोषाध्यक्ष, धुंडीराज हा अधिकारी व अनेक शिवलिंगे ही आपआपल्या भागात प्रजापालन करणारी आहेत.

काशीक्षेत्रात दशाश्वमेध, लोलार्क, केशव, बिंदुमाधव आणि मणिकर्णिका ही पाच श्रेष्ठ तीर्थे आहेत. याशिवाय ज्ञानवापी, दंडपाणी, अन्नपूर्णा इत्यादी स्थळे दर्शनीय आहेत.

काशी क्षेत्रात आज जुनी-नवी अश एकूण पंधराशेहून अधिक मंदिर आहेत. गेल्या शतकात येथे वेदशास्त्रांचे प्रख्यात आचार्य होऊन गेले. अध्यापनाच्या प्राचीन परंपरा त्यांनी येथे चालवल्या. काशी हे प्राच्य विद्यांचे महापीठ बनले १८९८ साली डॉक्टर ॲनी बेझेंट यांच्या प्रयत्नाने येथे सेंट्रल हिंदू कॉलेजची स्थापना झाली. १९१६ साली पं. मदनमोहन मालवीय यांनी हिंदू युनिव्हर्सिटी स्थापन केली.

विद्या आणि संस्कृती यांच्याप्रमाणे साहित्य, संगीत, नृत्य इत्यादी ललित कलांबद्दलही बनारसची ख्याती आहे. बनारसी रेशमी साड्या आणि खण इथल्या हस्तकलेमुळेच प्रसिद्ध आहेत. एक प्राचीन क्षेत्र आणि आधुनिक शहर असे आजच्या बनारसचे स्वरूप आहे.

रनाथ

बनारसपासून तीन-चार मैलांवरच सारनाथ ही नगरी आहे. भगवान बुद्धाने बुद्धत्व प्राप्त झाल्यानंतर आपले पहिले प्रवचन सारनाथ येथे दिले होते. बौद्ध धर्मीयांचे सारनाथ हे पवित्र क्षेत्र आहे. येथे धमेख स्तूप आणि बौद्ध मंदिरे प्रेक्षणीय आहेत. बौद्ध धर्माचे अभ्यासू परदेशातूनही येथे येऊन राहतात.

अलाहाबाद

या शहराचे प्राचीन नाव प्रयाग असे आहे. गंगा आणि यमुना यांच्या संगमावर हे शहर वसलेले आहे. शहरापासूनच जवळच त्रिवेणी संगम आहे. त्यापैकी गंगा आणि यमुना या दोन नद्या स्पष्ट दिसतात, परंतु सरस्वती ही गुप्त आहे, असे मानतात. या संगमामुळेच प्रयागराज क्षेत्राला महत्त्व आलेले आहे. संगमाजवळच महर्षि भारद्वाज ऋषींचा आश्रम आणि अक्षयवट आहे. संगमावर स्थान करण्यासाठी दररोज अनेक ठिकाणांहून यात्रेकरू येथे येतच असतात. परंतु बारा वर्षांतून एकदा भरणाऱ्या कुंभमेळ्याच्या वेळी देशाच्या कानाकोपऱ्यांतून लक्षावधी लोक येथे येत असतात.

स्वातंत्र्यपूर्व काळात अलाहाबाद येथील स्वराज्य भवनातच अखिल भारतीय काँग्रेसची कचेरी होती. पंडित मोतीलाल नेहरूंचे आनंद-भवन येथेच आहे. स्वराज्य-भवन त्यांनीच काँग्रेसला दिले होते.

विद्येच्या क्षेत्रातही आलाहाबाद अग्रेसर आहे. अलाहाबाद विद्यापीठ प्रसिद्ध आहे.

अलाहाबादचा किल्ला, खुसरोबाग, आनंदभवन, विश्वविद्यालय, म्युझियम इत्यादी प्रेक्षणीय स्थळे येथे आहेत. म्युझियमधील एका दालनाचे नाव आहे. 'जवाहरलाल नेहरू भवन'. या दालनात जवाहरलाल नेहरूंनी दिलेल्या वस्तू

बनारस घाट

ठेवलेल्या आहेत. त्यात चांदी-सोन्याच्या मूल्यवान पात्रांतून मिळालेली देशी परदेशी ठिकाणची मानपत्रे, चरखे, खादीचे आणि रेशमाचे कपडे इत्यादी वस्तू आहेत. त्याचप्रमाणे स्वतःच्या हस्ताक्षरातील आत्मचरित्राची प्रतही तेथे आहे.

अयोध्या

अयोध्या हे फैजाबाद जिल्ह्यातील एक प्राचीन क्षेत्र आहे, मोक्षदायिनी सात नगरींमध्ये अयोध्येचाही गणना होते. हे शहर शरयू नदीच्या काठावर वसलेले आहे. 'अयोध्या मनुनिर्मित नगरी' - मानवश्रेष्ठ मनूने अयोध्या ही नगरी निर्माण केली आहे. असे वाल्मिकी रामायणात म्हटले आहे. मनूचा पुत्र क्ष्वाकू. तो पुढे अयोध्येच्या सिंहासनावर बसला. श्रीरामाच्या कारकिर्दीत अयोध्येचा परम उत्कर्ष झाला. श्रीरामाची हीच जन्मभूमी. सध्याचे अयोध्या हे शहर विक्रमादित्याने वसविलेले आहे. श्रीरामाच्या अयोध्येचे त्याने पुनरुज्जीवन केले. तेथे मंदिरे, सरोवरे, विहिरी या गोष्टी निर्माण केल्या. बुद्धकालात अयोध्येला बरेच महत्त्व होते. तेथे अनेक बौद्ध विहार होते. अयोध्येत अनेक शिव आणि विष्णु मंदिरे आहेत. बऱ्याच मशिदीही आहेत. सीतारसोई, हनुमानगढी, कनकभवन इत्यादी

प्रेक्षणीय स्थळे आहेत. साधु-बैराग्यांचे मठ आणि आखाडेही आहेत. अयोध्येच्या दोन परिक्रमा आहेत. पहिली स्वर्गद्वार या स्थानापासून सुरू होते व जनोरा, गुप्तारघाट ही स्थळे करून परत स्वर्गद्वारात येऊन संपते. दुसरी अंतर्वेदीची परिक्रमा रामघाटापासून सुरू होऊन सुग्रीव पर्वत, लक्ष्मणघाट या क्षेत्रांवरून परत रामघाटावर येऊन पुरी होते. गोस्वामी तुलसीदासांनी आपले रामचरितमानस अयोध्येत प्रकाशित केले. अयोध्या हे जैनांचेही पवित्र क्षेत्र आहे. त्यांच्या पहिल्या व चौथ्या तीर्थंकराचे हे जन्मस्थान आहे. या नगराला विनीता, अयोध्या, अयुधा, साकेत, ईक्ष्वाकू भूमी, रामभूमी, रामपुरी अशी अन्य नावे आहेत. तुलसीदासाने अयोध्येला स'अवधपुरी' असे म्हटले आहे. अयोध्येतील मंदिरे प्रशस्त आणि प्रेक्षणीय आहेत. कनकभवन मंदिर फार प्रसिद्ध आहे. येथील दगडी किल्ल्याला राजकोट म्हणतात. सम्राट विक्रमादित्याने हा किल्ला बांधला होता. तेथील लक्ष्मणकिल्ला आणि हनुमान किल्लादेखील प्रसिद्ध ठिकाणे आहेत. रामायण भवन ही वास्तू सुंदर आहे. हे क्षेत्र असल्यामळे येथे भारतातील हजारो यात्रेकरू सतत येत असतात.

गोरखपूर

नेपाळच्या सराईत वसलेले गोरखपूर हे एक जिल्ह्याचे ठिकाण आहे. धार्मिक साहित्याच्या प्रकाशनासाठी गोरखपूर प्रसिद्ध आहे. मध्यम प्रतीचे उद्योधंदे, तसेच ॲल्युमिनिअम आणि प्लॅस्टिक यांचे कारखाने तेथे आहेत. तेथे विश्वविद्यालयही आहे.

कानपूर

उत्तर प्रदेशातील हे एक प्रसिद्ध शहर आहे. या शहराला जसा प्राचीन इतिहास आहे, तशीच अर्वाचीन कालातील एक प्रसिद्ध उद्योगनगरी म्हणून कानपूरची ख्याती आहे. लहान, मोठे असे अनेक तऱ्हेचे उद्योगधंदे कानपूर शहरात भरभराटलेले आहेत. कानपूरची पादत्राणे आणि कातड्याच्या वस्तू साऱ्या भारतात प्रसिद्ध आहेत. अमर हुतात्मा गणेश शंकर विद्यार्थी यांची ही कर्मभूमी, त्यांचे 'प्रताप' नावाचे दैनिक येथूनच प्रसिद्ध होते. कानपूर विद्यापीठ विशाल पार्क आणि मोठमोठ्या इमारती, गजबजलेला बाजार इत्यादी प्रेक्षणीय स्थळे या शहरात आहेत.

आग्रा

इतिहासप्रसिद्ध आग्रा शहरात अनेक ऐतिहासिक स्मारके आहेत. जगप्रसिद्ध ताजमहाल येथेच यमुनेच्या काठी आहे. जगातील आठ मोठ्या आश्चर्यांमध्ये

हिंदू विश्वविद्यालय : बनारस

ताजमहालाची गणना केली जाते. शहाजहान बादशहाने आपली राणी मुमताज महाल हिच्या स्मृतिनिमित्त धवल संगमरवरी पाषाणाची ही कलापूर्ण वास्तू उभी केली. आज इतकी वर्षे होऊन गेली तरी ताजमहालाचे सौंदर्य आणि नवेपण आकर्षक वाटते. चांदण्यात ताजमहालाची शोभा फारच खुलून दिसते. कोजागिरी पौर्णिमेच्या वेळी पर्यटकांची येथे खूप गर्दी होते.

आग्रा येथील किल्ला आणि एतमादुद्दौला याचा मकबरा, किल्ल्यापुढील घोड्याची पाषाणमूर्ती ही स्थळे प्रेक्षणीय आहेत.

येथील चामड्याचा उद्योग आणि गालिचे बनविण्याचा उद्योग प्रसिद्ध आहे. येथे विद्यापीठही आहे.

येथून जवळच फत्तेपूर सिक्री हे गाव असून अकबराने येथे आपली राजधानी स्थापन केली होती. परंतु पाण्याच्या टंचाईमुळे येथून ती राजधानी हलवावी लगली. येथील बुलंद दरवाजा मोगलांची वैभवाची साक्ष देतो. अनेक मोठ्या इमारती येथे असून त्यावरूनही मोगल साम्राज्याच्या वैभवाची कल्पना येते.

लखनौ

उत्तर प्रदेशची राजधानी येथे आहे. गोमती नदीच्या काठावर हे शहर

वसलेले असून याच्या नावाबद्दल अनेक दंतकथा प्रसिद्ध आहेत. लक्ष्मणाचा जन्म येथे झाला आणि त्यानेच हा प्रदेश वसवला. त्यावरून या प्रदेशाला लक्ष्मणपूर असे नाव पडले. कलांतराने त्याचा अपभ्रंश होऊन 'लखन' आणि त्याचेच पुढे 'लखनौ' झाले, अशी एक दंतकथा आहे. मुस्लीमांच्या मते तेराव्या शतकात लखनापासी नावाच्या इंजिनिअराकडून बिजनौरच्या नबाबांनी तेथे एक किल्ला बांधून घेतला होता. त्या किल्ल्याला 'किला लखना' असे नाव पडले. त्यावरूनच आसपासच्या भागाला 'लखनौ' असे म्हणू लागले.

आणखी एक आख्यायिका अशी सांगतात, की फरदोई येथे हिरण्यकश्यपूची राजधानी होती. भगवान विष्णूने नरसिंहरूप धारण करून त्याचा वध केला आणि आपली नखे-नाखू-गोमतीच्या प्रवाहात धुतली. त्यावरून या प्रदेशाला 'नखलव' असे नाव मिळाले आणि त्याचेच पुढे लखनौ झाले. अवधच्या नबाबांचे येथे बराच काळ राज्य होते. हे नबाब अतिशय विलासी आणि कलाप्रिय होते. त्यांना बागबगीच्यांचा फार शौक होता. त्यामुळे तेथे बरेच बागबगीचे दृष्टीस पडतात 'बागोंकां शहर' असेच या शहराला म्हटले जाते. तेथील सिकंदबाग फारच आकर्षक आहे. बनारसी बागेत 'प्रिन्स ऑफ वेल्स' चिडियाघर

सारनाथ स्तूप

ताजमहाल

आहे. दिलखुश बागेत प्राचीन इमारतींचे अवशेष दृष्टीस पडतात. हे एक सुंदर पर्यटन स्थळ आहे. राजभवन, म्युझियम, न्यायालय, महाविद्यालय इत्यादी जुन्या नबाबी प्रासादांत आजही आहेत. शहराच्या जुन्या भागात 'बडा इमामबाडा' नावाची वास्तू आहे. मोहरमचा सण येथे मोठ्या उत्साहाने साजरा केला जातो. ही भव्य आणि सुंदर वास्तू नबाब आसफुददौला याने १७८४ मध्ये दुष्काळग्रस्तांच्या साहाय्यासाठी बांधली. इमामबाड्याच्या गच्चीवरून लखनौ शहराचे लोभस दृश्य दृष्टीस पडते. जवळच 'छोटा इमामबाडा' आहे. याच्या बनावटीत ताजमहालाची नक्कल केलेली आढळते. शहरात अनेक मकबरे आणि सुंदर इमारती आहेत. अनक महाविद्यालये आणि विद्यापीठही तेथे आहे. नृत्यसंगीताच्या मैफली तेथे मोठ्या धामधुमीत चाललेल्या असतात. उर्दू कवींचे मुशायरे देखील येथे सतत चाललेले असतात. लखनौ शहरावर आणि त्याच्या सांस्कृतिक जीवनावर एक नबाबी छाप दिसून येते. लखनौचे अत्तर, पान, सुपारी, तंबाखू, चंदन, कशीदाकारी केलेले चांदीचे दागिने आणि काचेच्या बांगड्या फार प्रसिद्ध आहेत. राहण्या-वागण्यात, बोलण्या-चालण्यात आणि कपडे आदी आभूषणांत एक खास लखनवी ढंग दिसून येतो. नृत्य-संगीताच्या आणि काव्य-साहित्याच्या दृष्टीने लखनौ ही एक संस्कृतीनगरी आहे. लखनौच्या रात्री नृत्यसंगीताने नबाबांच्या काळापासून

बुलंद दरवाजा : फत्तेपूर सिक्रि

धुंद झालेल्या असत. त्यामुळे 'शामे-अवधे' असाच शब्दप्रयोग तिकडे प्रचलित आहे.

मथुरा

भगवान श्रीकृष्णाची भूमी म्हणून मथुरा क्षेत्र प्रसिद्ध आहे. भारताच्या इतिहासात प्राचीन कालापासून आजवर हे नगर भारतीय संस्कृतीचे एक प्रमुख केंद्र बनून राहिले आहे. धर्म, तत्त्वज्ञान, कला, भाषा आणि साहित्य यांच्या विकासास मथुरेला बरेच श्रेय आहे. मथुरेच्या आसपासच्या प्रदेशाला 'ब्रजमंडल' असे म्हणतात. प्राचीनकाली हा प्रदेश 'शूरसेन जनपद' या नावाने ओळखला जात असे. मथुरा ही त्याच्या प्रदेशाची राजधानी होती. मथुरेचे प्राचीन नाव 'मधुरा' असे होते. मधुपूर, मधुपुरी, मधुशिखा, मधुपघ्ना अशीही या नगरीची अन्य नावे होती. मथुरा हे हिंदूच्याप्रमाणे बौद्ध आणि जैन यांचेही मोठे क्षेत्र आहे. तेथील उत्खननात अनेक तऱ्हेच्या जुन्या मूर्ती सापडलेल्या आहेत. यावरून या नगरीतल्या जुन्या संस्कृतीची साक्ष पटते. येथे अनेक मंदिरे असून हजारो हिंदू यात्रिक तेथे सतत येत असतात.

मेरठ

उत्तर प्रदेशातील हे प्रसिद्ध शहर आहे. १८५७ च्या क्रांती युद्धात मेरठचे

गोवर्धनधारी : मथुरा

नाव बरेच गाजले होते. मंगल पांडे नावाच्या क्रांतिवीराने येथेच बंडाचा उठाव केला होता. हिंदीच्या खडी बोलीचे मेरठ हे प्रमुख केंद्र आहे. शिक्षण आणि संस्कृती यासाठीही हे प्रसिद्ध आहे. तेथे विद्यापीठही आहे. चैत्रामध्ये 'नौ चंदी' नावाची शेतकऱ्यांची फार मोठी जत्रा भरते. ही एक महिनाभर चालते. आसपासचा प्रदेश अतिशय सुपीक असल्यामुळे धान्य आणि गूळ यांची मोठी बाजारपेठ येथे आहे. साखरेचे कारखानेही या भागात आहेत.

सहारणपूर

उत्तर प्रदेशातील हे देखील एक व्यापारी केंद्र आहे. कागद, लाकडी सामान, सिग्रेटस, गूळ, कापड, धान्य याची मोठी बाजारपेठ येथे आहे. साखरेचे कारखानेही या भागात आहेत.

७. विकासोन्मुख उत्तर प्रदेश

स्वातंत्र्यानंतर देशात स्वराज्याचे सुराज्य करण्यासाठी प्रयत्न सुरू झाले. नियोजन मंडळाची स्थापना झाली. पंचवार्षिक योजनांची आखणी झाली. उत्तर प्रदेशही विकासकार्यात मागे राहिला नाही.

उत्तर प्रदेश हे शेतीप्रधान व्यवसाय असलेले राज्य आहे. स्वातंत्र्यापूर्वी या प्रदेशात फार मोठी जमीनदारी पद्धती अस्तित्वात होती. १९५१ साली जमीनदारी प्रथा बंद करण्यात आली. १९५२ सालापासून ६.०२ कोटी एकर जमीन जमीनदारीतून मुक्त करण्यात आली. आत्तापर्यंत उत्तर प्रदेशातील एकूण ७.२६ कोटी एकर भूमीच्या ९८ टक्के जमीन जमीनदारीतून मुक्त करण्यात आली आहे. यासाठी राज्यसरकारला नुकसानभरपाईच्या रूपाने ६८.७९ कोटी रुपये आणि छोट्या जमीनदारांच्या पुनर्वसनासाठी ७० कोटी रुपये खर्च करावे लागले.

राज्याच्या निव्वळ एतद्देशीय उत्पादनात ७०८,००० कोटीच्या मूल्याद्वारे अर्थव्यवस्थेच्या बाबतीत उत्तरप्रदेशात देशात तिसरा क्रमांक लागतो. शेती हा येथील प्रमुख व्यवसाय असून राज्यातील मुख्य पिके, गहू व ऊस आहेत. संपूर्ण भारतातील ७० टक्के ऊस येथे पिकतो. येथील उद्योग व्यवसाय नोइडा, कानपूर व पूर्वांचल या भागात सीमित आहे. मुघलसराई येथे रेल्वे इंजिनांचे कारखाने आहेत. सर्व राज्यभरात लघु आणि मध्यम उद्योगांचे देशातील बारा टक्के म्हणजेच छोटे छोटे तेवीस लाख कारखाने आहेत. सर्व राज्यभरात लघु आणि मध्यम उद्योगांचे देशातील बारा टक्के म्हणजेच छोटे मोठे तेवीस लाख कारखाने असून त्यातून इलेक्ट्रॉनिक्स, चामड्याच्या वस्तू, केबल्स, टेक्सटाइल्स वगैरे अनेक उत्पादनांची निर्मिती केली जाते. सिमेंट निर्मितीच्या ३५९ समूहांसहित उत्तर प्रदेशातील लघु व मध्यम उद्योगातील अग्रकम सिमेंट क्षेत्राने पटकावला आहे.

राज्यात विद्युतनिर्मितीच एकंदर क्षमता १३,६८३ मेगावॅट असून त्यापैकी १०८२३ मेगावॅट औष्णिक, ३३६ मेगावॅट अण्विक, १८२१ मेगावॅट जलविद्युत तर ७०३ मेगावॅट अपारंपारिक स्त्रोतांतून मिळणारी वीज आहे.

शेतीमधील उत्पादन वाढवण्यासाठी राज्यात शेतकऱ्यांना वविध प्रकारे साहाय्य केले जाते. जमीन, सुधारणा, खते, चांगली बियाणे, पाणीपुरवठा, रोगनाशक औषधे, शेतीसाठी अवजारे व कर्जे इत्यादी शेतकऱ्यांना उपलब्ध होतील, अशी व्यवस्था करण्यात आलेली आहे. पाटबंधाऱ्यांच्या योजनांव्यतिरिक्त ठिकठिकाणी विहिरी खोदणे, विहिरींना पंप बसवणे इत्यादी मार्गांनी पाणीपुरवठ्याची सोय करण्यात आलेली आहे. १९६७-६८ सालात ७१११४ पक्क्या विहिरी खोण्यात आल्या. ७५२२६ कूपनलिका खोदण्यात आल्या. याच काळात ४०५११ वहिरींवर पर्शियन व्हील (रहाट) अणि २४८२५ पंप बसविण्यात आले.

पंतनगर येथे कृषिविश्वविद्यालय उघडण्यात आले आहे. कानपूर येथे भारतातील पहिले कृषी कॉलेज आहे. राज्यात अन्य ठिकाणी २५ कृषिमहाविद्यालये आहेत आणि आठ संस्थांकडून डिप्लोमाच्या दर्जाचे शेतीशिक्षण दिले जाते. राज्यात पाच शासकीय कृषी वर्कशॉप्स आहेत. त्यामधून प्रतिवधी एक कोटी रुपयांची शेतीची अवजारे तयार केली जातात.

पशुसंवर्धन आणि पशुविकास याकडेही राज्यसरकार लक्ष पुरवते. राज्यात एक पशु-चिकित्सा महाविद्यालय आहे आणि ९९३ पशुचिकित्सालये आहेत. लोकर उद्योगाच्या विकासासाठी १२४ विस्तारकेंद्रे आणि तीन शासकीय पशुफॉर्म्स् आहेत. राज्यात तीस गोशाळाही काढलेल्या आहेत. अनेक ठिकाणी सहकारी दुग्ध समित्यांमार्फत दूधपुरवठा केला जातो.

सहकारी चळवळीला राज्यात बराच अवसर प्राप्त झालेल आहे. सुमारे ५२ लाख लोक सहकारी समित्यांमधून सदस्य आहेत. राज्यातील ५४ जिल्ह्यांमध्ये सहकारी बँका आहेत. त्यातून ५० कोटी रुपये दरवर्षी कर्जरूपाने वाटण्यात येतात. उत्तर प्रदेश राज्य भूमी सहकारी बँकेची स्थापना करण्यात आली असून तिच्या १५५ शाखा ठिकठिकाणी स्थापण्यात आलेल्या आहेत.

गावागावांतून ग्रामपंचायतीचा कारभार चालू अहे. ग्रामपंचायती गावातील उद्योगधंद्यांच्या विकासाकडेही लक्ष पुरवतात. राज्यात नवनवीन फलउद्याने तयार करण्यात येत असतात. मत्स्यपालन आणि कोंबडीपालन याकडेही लक्ष पुरवले जात आहे. बहुतके गावांतून वीज पोहोचली आहे.

राज्यात विविध तऱ्हेचे उद्योगधंदेही प्रगतीवर आहेत. तिसऱ्या योजनेच्या काळात केंद्र सरकारने उत्तर प्रदेशातील निरनिराळ्या शहरी कित्येक मोठे उद्योग स्थापन केले आहेत. हरिद्वार येथे भारत इलेक्ट्रिकल्स लिमिटेड नावाचा फार मोठा कारखाना सोव्हिएट रशियाच्या सहकार्याने स्थापन करण्यात आला आहे. वाराणसी येथे रेल्वेची डिझेलवर चालणारी इंजिने बनविण्याचा कारखाना उभारण्यात आला आहे. राज्य सरकारने लखनौ येथे चिनी माती बनवण्याचा एक कारखाना काढला आहे आणि मिझापूर जिल्ह्यात चूर्क आणि डल्ला येथे दोन सिमेंटचे कारखाने उभारले आहेत. उत्तर प्रदेशात जवळ जवळ तीन हजार कारखाने आहेत. ग्राम आणि लघु-उद्योगांची मोठी परंपरा उत्तर प्रदेशात आहे. या परंपागत लघु-उद्योगांना आता साहाय्य करून त्यांचा विकास करण्यात येत आहे. राज्यात चरख्यावर सूत कातण्याचा फार मोठा उद्योग चालतो. या उद्योगातून राज्याची कपड्याची ३३ टक्के आवश्यकता पूर्ण केली जाते आणि या उद्योगामार्फत दहा लाख लोकांना काम मिळते.

पाणी आणि वीज पुरवठा यांच्यासाठी राज्यात विविध योजना आखण्यात आलेल्या आहेत. बिहार आणि उत्तर प्रदेश या उभय राज्यांच्या सहकार्याने गंडक योजना तयार झालेली आहे. या योजनेखाली बांधण्यात येणाऱ्या धरणाच्या पाण्याखाली उत्तर प्रदेशातील गोरखपूर आणि देवरिया जिल्ह्यांतील ३.८ लाख हेक्टर जमीन भिजणार आहे. रामगंगा नदीवर गढवाल जिल्ह्यात एक धरण बांधण्यात येत आहे. धरणाच्या पाण्याखाली ६.६ लक्ष हेक्टर जमीन भिजेल. येथे एक विद्युतगृहही उभारण्यात येत असून येथून १९८ मेगॅवॅट इतकी वीजनिर्मिती होईल. या प्रकल्पामुळे मध्यउत्तर प्रदेशाचे पुरामुळे होणारे नुकसानही थांबेल.

मिर्झापूर जिल्ह्यातील पिपरी येथे रिहांद नदीवर एक मोठे धरण बांधण्यात येत आहे. येथे सहा जनित्रे चालतील असे एक विद्युतगृहही उभारण्यात येणार आहे. याशिवाय ओब्रा थर्मल पॉवर स्टेशन, यमुना हायडन्स स्कीम इत्यादी लहान-मोठ्या योजना कार्यान्वित झालेल्या आहेत.

उत्तर प्रदेशात शिक्षणाची परंपरा पुष्कळ जुनी असली तरी पूर्वीच्या काळी ती उच्च वर्गातील नागरिकांपुरती मर्यादित होती व त्यात खासकरून धार्मिक शिक्षणावर भर होता. वेदिक काळापासून ते गुप्तवंशाच्या राजवटीपर्यंत उत्तर प्रदेशातील काशीसारखी स्थळे म्हणजे संस्कृत भाषेवर आधारित शिक्षणाचे माहेरघर समजली जात असत. काळाबरोबर संस्कृतीमध्येही बदल होत गेले व पाली, पर्शियन आणि अरबी भाषेचा अभ्यास आपल्या समाजात होऊ लागला.

ब्रिटिश राजवट येण्याच्या आधीच्या काळात या प्रदेशात हिंदू-मुस्लिम-बौद्ध शिक्षण जोपासले गेले. सध्या प्रचलित असलेल्या शालेय आणि महाविद्यालयीन शिक्षणाची सुरुवात आणि विकास ब्रिटिश सरकारच्या प्रशासनाच्या प्रभावामुळे तसेच काही अंशी ख्रिश्चन मिशनरी लोकांच्या प्रयत्नांवर आधारित आहे.

हल्ली शाळांमध्ये शिक्षणाचे माध्यम बहुतेक ठिकाणी हिंदी आहे परंतु सीबीएससी आणि आयसीएसई बोर्डाच्या परीक्षा इंग्रजी माध्यमातून असतात. १० + २ + ३ या पद्धतीवरील शिक्षणात दहा वर्षांच्या शालेय शिक्षणानंतर २ वर्षे ज्युनिअर कॉलेज व त्यानंतर ३ वर्षे पदवी शिक्षण अशी योजना आहे. उत्तर प्रदेशात सध्या ४ केंद्रिय, २० राज्य स्तरीय आणि ८ डीम्ड युनिव्हर्सिटीज आहेत. त्या शिवाय २ आयआयटी (कानपूर आणि बीएचयू वाराणसी) व १ आयआयएम (लखनौ येथे) आहे. अलाहाबादला मोतीलाल नेहरू एनआयटी आहे तर अनेक पॉलिटेक्निक व इंजीनियरिंग कॉलेजे तसेच आयटीआय राज्यभर सगळीकडे पसरलेली आहेत. अन्य प्रमुख शिक्षणसंस्था पुढे दिल्या आहेत. इंडियन इंस्टिट्यूट ऑफ इंफॉर्मेशन टेक्नॉलॉजी, अलाहाबाद, गौतम बुद्ध युनिव्हर्सिटी, बनारस, हिंदू युनिव्हर्सिटी, अलाहाबाद युनिव्हर्सिटी, अलिगढ मुस्लिम युनिव्हर्सिटी, एमजेपी रोहिलखंड युनिव्हर्सिटी, संपूर्णानंद संस्कृत युनिव्हर्सिटी, अलिगढ मुस्लिम युनिव्हर्सिटी, नरेंद्रदेव युनिव्हर्सिटी ऑफ ॲग्रिकल्चर ॲंड टेक्नॉलॉजी, बाबासाहेब भीमराव आंबेडकर युनिव्हर्सिटी, किंग जॉर्ज मेडिकल युनिव्हर्सिटी, आयएमटी गाझियाबाद, इंडियन व्हेटरनरी रीसर्च इंस्टिट्यूट, बरेली वगैरे. यूपी राज्य सरकारद्वारा प्रस्थापित केलेल्या इंटिग्रल युनिव्हर्सिटीमध्ये वेगवेगळ्या टेक्निकल, प्लाइड सायन्सेस आणि अन्य विज्ञानशाखांमधील शिक्षण मिळण्याची सोय आहे. सांस्कृतिक मंत्रालयाद्वारे सेंट्रल इंस्टिट्यूट ऑफ हायर तिबेटन स्टडीज प्रस्थापित करण्यात आली आहे. जगदगुरू रामभद्राचार्य हँडीकॅप्ड युनिव्हर्सिटी ही केवळ अपंगासाठी असलेली जगातील एकमात्र युनिव्हर्सिटी आहे. उत्तर प्रदेशाने आपल्या देशाला अनेक प्रतिभावंत कवी, लेखक, पंडित व वैज्ञानिक दिले आहे.

राज्यातील आरोग्य, हस्तकला, ललितकला, क्रीडा, वाहतूक इत्यादी गोष्टींकडेही राज्य सरकार लक्ष पुरवीत आहे.

★★★

८. उत्तरप्रदेशातील लोकसाहित्य

लोकसाहित्य ही त्या त्या भाषेची एक अमूल्य अशी ठेव आहे. लोकभावना, लोकाचार आणि लोकस्थिती यांचे दर्शन लोकसाहित्य घडवीत असते. प्रत्येक भाषेत असे साहित्य आहे. उत्तर प्रदेशातील मुख्य हिंदी व उर्दू या भाषांव्यतिरिक्त अवधी, ब्रज, कनौजिया, भोजपुरी इत्यादी बोलींतही अपार लोकसाहित्य आहे.

त्यात विविध प्रकारच्या लोककथा ओत. त्याचप्रमाणे श्रमगीते, नृत्यगीते, ऋतुगीते, सण-समारंभाची गीते, लग्नविधीची गीते इत्यादी लोकगीतेही भरपूर आहेत.

पुराणकथांनुसार इंद्रदेव पाऊस पडतो, अशी लोकश्रद्धा आहे. म्हणून ब्रज भाषेतील एका गीतात इंद्रदेवाची अशी आराधना केलेली आहे.

चौकी तो चन्दन, इन्दर, राजा बैठनो जी,
एजी कोई दूध पखारूंगी पाय,
आज मेहर कर इन्दर राजा देश में जी ।

- हे इंद्रराजा! मी तुला चंदनाच्या चौरंगांवर बसवीन आणि दुधाने तुझे पाय धुईन. हे इंद्रराजा, तू आमच्या देशावर दया कर, मेघांची बरसात कर.

या प्रदेशात प्रचलित असलेली बालगीते, म्हणी व लोककथा यांची ही वानगी-

१

लहान बालकाला खेळवताना महाराष्ट्रात जसे 'ये ग, ये ग, चिऊ' असे गाणे म्हणतात, तसेच हे हिंदी गाणे-

हाल हाल बबुआ ।
कुरूई में ढबुआ ।

माई अक सरूआ ।
बाप दर बरूआ ।
हाल हाल बबुआ ।।

२

अरर बरर पूजा पाकेला
चीलर खोहँद्दा नाचेला ।
चीलर महले चोर ।
मोर बाबू के मुँहळा मोर ।।

३

बाळाला दूधभात भरवताना 'ये रे चांदोबा' प्रमाणे हे हिंदी गीत उत्तर प्रदेशातील माता म्हणत असते-

चाना मामा, आरे आवऽ करे आव ऽ ।
नदिया किनारे आव ऽ ।
सोना के कटोरवा में दूध-भात लेले आव
बबुआ के मुहवाँ में,
घुटु ऽ क; घुटु ऽ क ।।

४

उत्तर प्रदेशात लोक उर्दू भाषाही मोठ्या प्रमाणावर बोलतात. बाळ चालायला लागले म्हणजे उर्दूभाषी माता म्हणते-

पाँव पाँव, मुन्ने के पाँव ।
मुन्ना जाता मामूके गाँव ।।

५

खेळताना गडी निवडतात, त्यावेळी उर्दूमधील गमतीचा मंत्र-

इरिंग मिरिंग लवंगा चिरिंग ।
धामधूम धय्या, इस घडी का लाल ।
थप्पड खा के निकल गया ।।

६

चांदोमामाचे गाणे उर्दूतही आहे-

चंदामामा दूर के, बडे पकाये बूर के ।
आप खाये थाली में,
हम को दीये प्याली में,

प्याली गये फूट,
चंदामामा गये रूठ ।।

हिंदी म्हणी
* अगर मगर करना ।
- अळं-टळं करणे.
* आँख का अंधा, नाम नयनसुख ।
- नाव सोनूबाई, हाती कथलाचा वाळा
* नाच न जाने, आँगन टेढा ।
- नाचायला येईना, अंगण वाकडे
* आप हारे, बहूको मारे ।
-चोराच्या उलट्या बोंबा .
* एक थैलीके चट्टे-बट्टे ।
-एकाच माळेचे मणी.

★★★

९. संभाषण

उत्तर प्रदेशात हिंदी आणि उर्दू अशा दोन राज्यभाषा आहेत. इथे हिंदी व उर्दू या दोन्ही भाषांतील काही प्रथम परिचयात्मक वाक्ये देवनागरीत दिली आहेत. एखाद्या उत्तर प्रदेशीय माणसाशी प्रारंभी बोलण्यासाठी आणि हिंदू-उर्दू या भाषांचाही अल्पसा परिचय होण्यासाठी यांचा उपयोग होईल.

मराठी	हिंदी
नमसकार, कसे काय?	– नमस्ते, कहिये, आप कैसे है?
ठीक आहे.	– बिल्कुल ठीक ।
आपले नाव काय?	– आप का शुभ नाम?
माझे नाव हरिहर आहे	– मेरा नाम हरिहर है ।
तुम्ही कोठे राहता?	– आप कहाँ रहते है ?
मी बनारसला राहतो	– मैं बनारसका निवासी हूँ ।
तुमचे शिक्षण किती झाले आहे?	– आप की शिक्षा कहाँ तक हुई है?
मी पदवीधर आहे	– मै स्नातक हूँ ।
ही वस्तू कुठे मिळेल ?	– यह वस्तू कहाँ मिलेगी ?
बाजारात मिळेल	– बाजार में मिलेगी ।
इथून बाजार किती दूर आहे ?	– यहाँ से बजार कितना दूर है?
अगदी जवळ आहे.	– बिलकुल पास है ।
किती पैसे झाले ?	– कितने पैसे हुए ?
माझ्याजवळ मोड नाही.	– मेरे पास छुट्टा नहीं है ।
ह्या शहराचे नाव काय	– इस नगर का नाम क्या है ?

मला थोडे पाणी प्यायला	-	क्या आप मुझे थोडा पानी
देता का?	-	पिलायेंगे ?
हो, हो, अवश्य	-	हां, हां, अवश्य ।
ही बस कुठे जाते ?	-	यह बस कहाँ जाती है?
चला, चहा घेऊ या	-	आइये, हम चाय पियें ।

मराठी		**उर्दू**
नमस्कार, कसे काय?		आदाब अर्ज! मिजाजे शरीफ?
ठीक आहे.	-	शुक्र है, खूब गुजरती है ।
आपले नाव काय?	-	इस्मे शरीफ? आप की तारीफ ?
माझे नाम मुहम्मद आहे.	-	मेरा नाम मुहम्मद है ।
तुम्ही कुठे राहता?	-	जनाब की रिहाइश कहाँ है?
मी दिल्लीचा राहणारा आहे.	-	मैं देहलीका बाशिंदा हूँ ।
तुमचे शिक्षण किती झाले आहे?	-	आपने कहाँतक तालीम हासिल् की हैं?
मी पदवीधर आहे.	-	मैं ग्रॅज्युएट् हूँ ।
ही वस्तू कुठे मिळेल ?	-	यह चीज कहाँ मिलेगी ?
बाजारात मिळेल.	-	बाजार में मिलेगी ।
इथून बाजार किती दूर आहे?	-	यहाँ से बाजार कितना दूर है?
अगदी जवळ आहे	-	बिलकुल नजदीक है ।
किती पैसे झाले	-	कितने पैसे हुए ?
माझ्याजवळ मोड नाही	-	मेरे पास रेजगारी नहीं है ।
ह्या शहराचे नाव काय?	-	इस शहर का क्या नाम है?
ह्या शहराचे नाव कानपूर	-	इस शहरका नाम कानपूर ।
चला, चहा घेऊ या.	-	तशरीफ लाइये, चाय तोश फरमाएंगे।

★★★

१०. संभाषण

जय-जय प्यारा भारत देश
जय-जय प्यारा, जग से न्यारा
शोभित सारा देश हमारा
जगत मुकुट जगदीश दुलारा
जय सौभाग्य-सेदश ।।जय०।।
प्यारा देश, जय देशेश
अजय अशेष, सदय विशेष
जहाँ न संभव अघका लेश
संभव केवल पुण्य-प्रवेश ।।जय०।।
स्वर्गिक शीश-फूल पृथिवी का
प्रेम-मूल, प्रिय लोक-त्रयी का
सुललित प्रकृति-नटी का टीका
ज्यों निशि का राकेश ।।जय०।।
जय-जय शुभ्र हिमाचल शृंगा
कलख-निरत कलोलित गंगा
भानु-प्रताप चमत्कृत अंगा
तेज-पुंज-तप-वेश ।।जय०।।
जग में कोटि-कोटि युग जीवे
जीवन-सुलभ अमी-रस पीवे
सुखद वितान संकृत का सीवे
रहे स्वतंत्र हमेश ।।जय०।।

★★★

www.ingramcontent.com/pod-product-compliance
Lightning Source LLC
LaVergne TN
LVHW090006230825
819400LV00031B/575
* 9 7 8 8 1 7 2 9 4 2 6 9 4 *